Að ráða yfir Susan
Heill Röð
(Yfirráð og erótísk uppgjöf)

Erika Sanders
Röð
Að ráða yfir Susan bindi 1 til 10

Fyrsta útgáfa: 2023

Samantekt

Eftir að hafa lokið háskólanámi fer Susan í sitt fyrsta starf, starf sem fjölskylduvinur, Robert, veitir, sem hefur alltaf haft sérstaka löngun til dóttur vinar síns.

Þessi sérstaka ósk er að fá Susan undir yfirráð hans ...

Þetta rit inniheldur röð af sterku erótísku BDSM efni, þar sem ég rifja upp ævintýri Susan í uppgjöf hennar.

Skáldsögur með miklu rómantísku og erótísku BDSM innihaldi.

Inniheldur eftirfarandi bindi:

1 - Nýja starfið

2 – Reglurnar

3 - Nýja leikfangið

4 – Refsingarherbergið

5 – Fundur með meistaranum

6 - Heildaruppgjöf

7 – Klúbburinn

8 - Síðasta próf

9 – Veislan

10 - Endanleg ákvörðun

Athugasemd um höfundinn:

Erika Sanders er alþjóðlega þekktur rithöfundur, þýddur á meira en tuttugu tungumál, sem skrifar undir erótísku skrif sín, fjarri sínum venjulegu prósa, með meyjanafni sínu.

Vísitala

AÐ RÁÐA YFIR SUSAN HEILL RÖÐ (ERÓTÍSK YFIRRÁÐ)

ERIKA SANDERS

FRAMKVÆMD

Robert er þroskaður farsæll kaupsýslumaður, kvæntur og á son á sama aldri og Susan.

Fjölskyldur þeirra hafa verið nánir vinir í mörg ár og hann hafði fylgst með henni þroskast í yndislega unga konu.

Hann hafði alltaf sýnt stúlkunni opinskáan vinskap og í gegnum árin gert hana meðvitaða um dálæti sitt á henni.

Með leynd leyndi vináttusamband hans og ástúð hans í garð stúlkunnar margar myrkar langanir hans, án nokkurs möguleika til að láta þær rætast.

Alger undirgefni hennar við hann var eini draumurinn, í myrkustu hugsunum hennar og sá sem hún vildi að myndi rætast.

Susan er nýútskrifuð stúlka með viðskiptagráðu í höndunum og fús til að upplifa heiminn.

Um það bil að hefja sitt fyrsta alvöru starf, starf sem Robert, fjölskylduvinur, býður upp á af virðingu fyrir föður sínum og viðurkenningu á hæfileikum hans.

En líka, án þess að hún vissi af henni, ýtt undir löngun hans til að eignast hana.

Hún er fín, líkamlega en sæt stelpa sem hefur átt sama kærasta, Peter, síðan hún var á fyrsta ári í háskóla.

Þeir eru ævintýramenn, en þeir trufla aldrei heiminn þeirra.

Hún veit hvað hún vill, eða heldur að hún viti, en hún er í raun mjög hlýðin við að leyfa öðrum að leiðbeina sér um lífsbrautir hennar.

NÝJA STARFIÐ

Hann stendur fyrir framan bygginguna, augun stara á gler- og stálhliðina.

Fylgstu með öllum vel snyrtu körlunum og konunum flýta sér inn og út um innganginn.

Hún lítur á sinn eigin stutta pilsbúning, tekur upp hraðann og gengur inn.

Henni finnst hún lítil og dálítið hrædd við karlmenn sem gnæfa yfir sex feta hæð hennar þegar hún fer upp í lyftuna og fer inn í fyrirtæki nýja vinnuveitandans.

Þegar hún lítur í kringum sig sér hún hann í móttökunni tala við sprengjuljóshærða konu og flissa daðrandi, bros hans lýsa upp andlit hans þegar hann snýr sér að henni.

Hún roðnar án þess að vita hvers vegna og gengur í áttina að honum með hælana smellandi á flísalögðu gólfið.

Handleggur hans verndar axlir hennar þegar hann kynnir hana fyrir stúlkunni við skrifborðið.

"Anne, þetta er litla Susy mín!"

Hún roðnar, réttir sig svo upp og réttir út höndina.

"Hæ, ég heiti reyndar Susan, gaman að hitta þig."

Hann beinir henni með stöðugri hendi á öxlinni til ýmissa deilda og annarra stjórnenda.

Hann kynnir hana sem Susan, sem hún er þakklát fyrir, og sem vill leggja sitt besta fram í þessum heimi mikillar samkeppni.

Hún er nálægt honum allan morguninn og reynir að leggja á minnið margs konar nöfn áður en hann loksins leiðir hana að skrifstofusvítunni sinni.

Hann sýnir henni skrifborðið í forstofunni sem mun vera hans allan þann tíma sem hún er hér.

Hún leggur frá sér veskið og rennur fingrunum létt yfir vel valin húsgögn.

Hún er leidd inn á skrifstofuna hans þar sem hann bendir á glæsileg dökk húsgögn, öll úr leðri og mahóní.

"Og það er þar sem ég vinn."

Hann fer frá hlið hennar í fyrsta skipti og sest við skrifborðið sitt.

Henni finnst hún undarlega einmana þegar hún stendur á þessari stóru skrifstofu fyrir framan hann.

Hann tekur nokkra lykla og heldur áfram að tala:

"Til vinstri, á bak við afgreiðsluherbergið, finnurðu hurð að litlu eldhúsi. Þetta skemmtir viðskiptavinum oft. Ísskápurinn ætti alltaf að vera með það sem er á listanum, auk þess sem það er matseðill. Þú verður að læra að elda alla rétti, ef kokkurinn er ekki til staðar. Ég mun setja það í æfingaprógrammið þitt."

Hann hafði hreyft sig hratt á eftir henni, ýtt henni í átt að hurðinni og opnað hana.

Stóreygð og hrifin af stærð fyrirtækisins og skrifstofum sem hún átti, getur hún ekki annað gert en að kinka kolli heimskulega.

„Svo mun vera."

„Já herra," segir hann og brosir, en alvarleiki röddarinnar hristir hana.

"Já herra ". Hún svarar sjálfkrafa.

Hann tekur í handlegginn á henni, færir sig út úr eldhúsinu og leiðir hana inn í annað svefnherbergi með hurðina á sama vegg.

"Og þetta er einkabaðherbergið mitt, þú mátt nota það, en bara með mínu leyfi, skilurðu Susy?"

Hún kinkar orðalaust kolli aftur við glæsileika þessa baðherbergis, jafnar sig þegar hún finnur hann stífna, stamandi:

"Já herra".

Hann brosir að hlýðni hennar.

„Hann mun nota starfsmannaklósettið niðri í ganginum ef hann þarf og ég er ekki hér."

Hún er fljótari að þessu sinni.

"Já herra".

Hinum megin í herberginu, tvö svipuð svefnherbergi með hurðum sem hann sýnir þér.

„Þetta er einkafundarherbergi," lítur hún snöggt út um leið og hann flýtir henni af stað, „... og hér hvíli ég mig ef ég þarf að gista í bænum.

Herbergið var dimmt og stórt fjögurra pósta rúm og stakir bekkir blasti við í stóra herberginu.

Hann hafði varla tíma til að finna fyrir því áður en hann lokaði hurðinni á honum.

Hann fer með hana aftur að skrifborðinu sínu, kveikir á tölvunni og sýnir henni persónulega skilaboðaþjónustu frá skrifstofu sinni í tölvuna sína sem ætti alltaf að vera kveikt og opin.

Hann er ánægður með viðeigandi „Já" á réttum tímum og náttúrulega tilhneigingu til að vera hjálpsamur og skilur hana eftir á skrifborðinu til að kynnast nýju umhverfi sínu.

Hann reynir athygli hennar með því að senda henni lítil spjallskilaboð og brosir við svörum hennar þegar hún les verkefnin og mismunandi tíma sem þau kvörtuðu við hana við skrifborðið hennar.

HIN RAUNVERULEGA STARF

Hann var þolinmóður og góður þegar hún kynntist nýju starfi hennar innan fyrirtækis hans.

Hann talaði oft við hana í gegnum spjallskjáinn á tímum þegar hún var ekki á fundum, eða utan fyrirtækisins, spurði hana um fjölskyldu sína, vini, hvernig hlutirnir gengi með kærastanum, lét henni líða eins og hún. Þú sérð ást þína og einlægan áhuga á lífi hennar.

Á annasömu fyrstu vikum þjálfunar sinnar gaf hann sér tíma til að ráðfæra sig við hana og laga áætlun hennar ef þörf krefur, og varð leiðbeinandi hennar, vinur hennar og stundum strangur föðurímynd.

Hann grínaðist við hana, spilaði og spjallaði vingjarnlega.

Samtölin urðu smám saman innilegri eftir því sem tíminn leið.

Þeir spiluðu sannleika eða þor oft í tölvunni og í leiknum urðu spurningar þeirra persónulegri og beinskeyttari.

Svo þagði hann meðan hann las síðasta svarið sitt.

Hann hafði búist við að eitthvað þessu líkt myndi gerast en hann bjóst aldrei við því að það myndi gerast.

Hér var hún að leika sannleikann og hér gafst tækifæri til að þora með henni aftur.

Hún valdi alltaf sannleikann ... og hún játaði bara rassgat frá kærastanum sínum og að henni líkaði það.

Þar með ætlaði hann að fara að láta drauminn rætast.

Hún vissi að hún myndi sennilega aldrei leika þetta við hann aftur og dró næstum því á bakið og hélt að hún vildi hætta, eða það sem verra væri, segja einhverjum í fyrirtækinu og síðan fjölskyldu hennar.

Hann varð hins vegar að halda áfram.

Langþráð löngun hans rak hann og hann fór að skrifa.

Hún hafði ekki valið að þora, en hann hélt áfram að skrifa ...

***

"Ég skora á þig að leyfa mér að slá þig, Susy."

Hún starði, gat ekki trúað því sem hún var að lesa.

Hún hafði vaxið nærri honum, dýrkað hann og hvernig hann hugsaði um hana og lét henni líða svo sérstaka, næstum eins og hún væri faðir hennar.

Kannski var hann að grínast með hana aftur og trúði ekki því sem hún hafði sagt honum um stefnumót þeirra kvöldið áður.

Hugur hennar snérist þegar hún hugsaði um hvernig henni hefði liðið að fá rassgatið af kærastanum sínum og hún tróð sér í sætinu þegar hún áttaði sig á því að hún þyrfti að bregðast við.

Hann starði á skjáinn, skilaboðakassinn var auður, í bili, beið eftir svari hans.

***

Hann byrjaði að pirra sig, en sá svo að hún var að skrifa.

Hjarta hans sló hratt og hann varð örvæntingarfullur, áður en hann sá loksins hvað hún var að skrifa.

"Já herra."

Hún skrifaði hratt og hvatti hana til að bregðast við sjálfri sér og heppni sinni:

"Gangið síðan inn á skrifstofuna mína og lokaðu hurðinni. Þegar þú kemur inn á skrifstofuna mína muntu hlýða öllum skipunum mínum, þú munt leggjast í kjöltu mína án þess að tala og þú munt lúta flengingum mínum."

***

Hún blikkaði við svari hans.

Þessi leikur var að verða alvarlegur, en þetta var bara leikur, ekki satt?

Var hann að prófa hana?

Ætti ég að fara aftur?

Þeir voru báðir kvíðin og spenntir af eigin ástæðum, límdir við tölvuskjáinn.

Hún vildi ekki vera sú fyrsta sem bakkaði og lét hann stríða sér.

Hún skrifaði:

"Já herra".

***

"Komdu svo á skrifstofuna mína, Susy, og lokaðu hurðinni."

Það var ekkert svar, en hún hljóp inn á skrifstofuna sína og lokaði hurðinni eins og hrædd kanína, vantrúuð á það sem hún var nýbúin að sætta sig við og hélt að hann væri enn að leika við hana.

Hann sat að því er virtist óhreyfður þegar líkami hans verkjaði eftir henni, sá ótta hennar, ringlun og hita í augum hans sem hélt henni gangandi.

"Hringurinn minn bíður"

Hún tók skref fram á við og hann lyfti hendinni, stoppaði í miðju skrefi.

"Þú samþykktir að hlýða mér inn í þetta herbergi, er það ekki?"

Sýnilega skjálfandi hvíslaði hún:

"Já herra".

Hann benti á jörðina, var að verða uppörvandi og nöldraði,

„Skríðið til mín".

Hann horfði á tilfinningarnar leika á andliti hennar, tregðu, ótta, ótta, spennu og loks undirgefni.

Hann sleppti andanum sem hann hélt í þegar hann horfði á upphaf draums síns rætast, lítill líkami hennar féll niður á hnén og síðan í hendurnar á honum þegar hún byrjaði að skríða til hans.

Hann fann hann kippast við þegar hann sá hana.

Það var hans loksins, þó ekki væri nema síðdegis í dag.

***

Hún gat ekki trúað því að hún væri að gera þetta, þessi maður sem hún hafði þekkt allt sitt líf ætlaði að slá hana í alvöru.

Leikurinn hafði gengið of langt en af hverju var hann ekki að stoppa hann?

Hún áttar sig á því að hún vildi hann!

Ó Guð, vildi hún hann?

Var eitthvað að henni?

Af hverju leið þetta svona?

Augu hennar lokuðust á sterka líkama hans í stóra stólnum hans þegar hún náði fætur hans og rann eins og snákur sem hún færði í kjöltu hans.

Hann vissi að það var rangt, en hann gat ekki annað.

Án orða, án umræðu, án þess að strjúka henni fyrir að vera góð stelpa, barðist hönd hans harkalega í rassinn á henni og hún tísti.

***

Hann horfði á fallega engilinn sem skreið í áttina að sér, hugur hans fór til myrkustu staða og þurfti að bakka, svo ungur og áhrifamikill að hann gerði sér ekki grein fyrir hvers virði hann var.

Hann notaði allan viljastyrk sinn til að vera óbilandi þegar hún rennur sér upp í kjöltu hans, viss um að hann finnur þessa hörku í maganum á henni þegar hann lyftir pilsinu hennar, afhjúpar bleika þveng, lyftir hendinni og slær hana af öllum mætti.

Þó ekki væri nema fyrir þetta einu sinni sem hann naut þess.

Horfðu á spennta vöðva hennar gára við árás og handprentanir hennar glóa rauðar á hvítri húð hennar.

Hún öskrar og andar:

"Ohhhhh thatooo hurtsleeeeee".

Hún öskrar og snýr fótum sínum sparkandi þegar hann þeytir hana djúpt aftur.

***

Hún missir tökin á rasssköllunum þar sem sársauki fyllir litla líkama hennar og hitar hana upp.

Hún tekur eftir hitanum sem byrjar í litlu kisunni hennar og bleytunni á lærunum þegar hann þeytir hana.

Týnd í hlýju sinni og þarf að öskra, lítil tár streyma um kinnar hennar.

***

Hönd hans dofnar þegar hann þeysir hana harkalega með því að njóta spennu í hörðum vöðvum hennar, öskri hennar og biðja hana um að hætta að slá hann þegar hann málar litla rassinn hennar skærrauðan.

Hann stoppar þegar hann sér hana blauta á milli fótanna á sér, ótrúlega, litli líkaminn hennar kippist við í kjöltu hans.

***

Hugur hennar læstist í krafti þessa manns þegar hún andar og öskrar.

Þegar hann heldur áfram að þeyta hana harðlega og hratt, tekur líkami hennar við þegar hugur hennar svífur, hún finnur fyrir hitanum og innilokinni þörf fyrir of óhæfan kærasta og týnist í tilfinningunni af því að koma, verða erfið og fá fullnægingu. sprautar á lærin á henni með þessum einfalda rassgati.

Hún finnur að hann stoppar og deyr innra með sér.

Skömm hans fyllir hana þegar hún titrar í kjöltu hans, andköf og grátandi.

Hlýjan úr roðanum fyllti andlit hennar, svo vandræðaleg, hvernig gat hún hafa gert það?

***

Hann brosir þegar hann sér andlit hennar sléttast af vandræði, heldur henni á sínum stað, vitandi að þetta er hennar augnablik.

"Í næstu viku munt þú verða þræll minn. Þetta verður konunglegt starf þitt. Þú munt hlýða mér í öllu sem ég býð þér. Þú munt vera í sjónmáli á hverjum tíma og biðja um leyfi mitt til að fara ef nauðsyn krefur, jafnvel þó aðeins til að farðu á klósettið. Ég mun eignast þig og þú munt hlýða mér. Eftir viku munum við tala um þetta aftur."

***

Hún lá í kjöltu hans og fann fyrir fullnægingunni af hýðinu og hlustar á orð hans.

Það er yfirlýsing, ekki spurning.

Hann gerir sér grein fyrir því að hann hefur ekki gefið honum valkosti.

Hún hallar höfðinu af skömm og skalf yfir því sem hún var að gera.

Og hún stynur:

"Já herra"

AÐ SAMÞYKKJA ÁSTANDIÐ

"Þrællinn þinn í viku."

Vikan gat ekki verið slæm þar sem hann hafði alltaf komið fram við hana eins og prinsessu.

Jafnvel eftir erfiðan tíma hennar fyrir nokkrum mínútum og beiðni hennar um algjöra hlýðni í viku, hafði hann tekið hana upp, þurrkað tár hennar og sent hana á sérbaðherbergið til að þrífa.

Hún stóð fyrir framan spegilinn og endurlifði skömm sína, hún var vond stelpa og nú vissi Robert það.

Fjandinn!

Hún beit á vörina og velti því fyrir sér hvort hann myndi halda þessu öllu leyndu á meðan hún lék leik hans.

Vegna þess að þetta var leikur, ekki satt?

Hann kom út af baðherberginu, andlit hans endurspeglaðist ekki lengur af því sem hafði gerst þar sem rauði rassinn hans var eina ytri sönnunin um það.

Hún gekk í áttina að honum og fann að andlit hennar roðnaði aftur og hann rétti henni með bleytu þvengunni sinni.

"Allt í lagi, svo gott. Hins vegar eigum við bæði fólk sem við elskum, og þetta var, ummm, gaman, en ég vil ekki að hvorugt þeirra viti ..."

Þegar hann sá djúpan kinnroða og heyrði sjálfsásakanirnar í rödd hennar, truflaði hann hana með því að ýta á forskot hennar:

"Að þú leyfðir mér að slá þig þangað til þú fékkst fullnægingu? Að þú hafir samþykkt að þræla fyrir mig í ekki minna en viku? Elsku Susy mín, þú ert mjög óþekk kelling!"

Hann horfði á hana fölna við síðasta orðið þar til hann lækkaði höfuðið til að horfa niður á fætur sér.

Fyrir framan sig lyfti hún hökunni, hélt bleiku þvengunni fyrir framan sig og hann brosti.

"Skilstu að ég vil ekki meiða fjölskyldur okkar heldur. En héðan í frá munt þú kalla mig meistara þegar við erum ein. Ég, elsku elskan mín, er meistari og sem slíkur þarf ég þræl. Ein vika hér í vinnunni og í lok vikunnar munum við tala aftur og sjáum hvernig við höldum áfram þaðan."

Þar með stakk hann þvengunni í vasa sinn og sneri aftur að skrifborðinu sínu.

Hann lyfti umslagi til hennar og mætti spyrjandi augum hennar.

"Þetta er listi yfir þær reglur sem þú verður að fylgja í vikunni. Þú getur farið heim núna og kynnt þér það þar. Komdu snemma á morgun, það er mikið að gera hjá okkur. Við sjáumst klukkan sjö í fyrramálið."

Hann stóð upp og kyssti kinn hennar blíðlega, hann yfirgaf skrifstofuna og endaði daginn.

Þegar hann nálgaðist að kyssa hann heyrði hann hann hvísla: "Já, meistari", sem fékk hann til að brosa breitt.

REGLURNAR

Um kvöldið lá hann í rúminu og las leiðbeiningar sínar fyrir vikuna og hristi höfuðið.

Það var mjög óþægilegt, en einhverra hluta vegna gat hún bara ekki sagt nei.

En ég hefði átt að segja nei.

Hann hafði rétt fyrir sér, hún var hóra.

Hún hafði viljað finna hann slá hana.

Kærastinn hennar var ljúfur en hann gat aldrei slegið hana eins og Robert hafði gert.

Hún hafði fundið harðan hanann hans þrýsta á magann, andlega miðað við stærð hans og lögun.

Kærastinn hennar fölnaði í samanburði við ímyndunaraflið.

Hún sofnaði við að rifja upp rassingarnar og hugsa um vikuna framundan, höndin hennar föst á milli fótanna og fékk aðra fullnægingu dagsins.

***

Vaknaði snemma til að fara í sturtu.

Hann rakaði allt eins og reglurnar segja til um og klæddi sig vandlega.

Hár hennar var bundið í vel gerðan hestahala.

Og hún klæddi sig í úlpu undir blússunni sinni í stað brjóstahaldara, þakklát fyrir litlu brjóstin sín og smeygði nærbuxunum undir stutta pilsbúninginn.

Með förðun á samkvæmt leiðbeiningum, greip hún veskið sitt og hljóp út um dyrnar rétt í tæka tíð til að ná snemma rútunni í vinnuna.

Skortur á venjulegri morgunumferð svo snemma gerði það að verkum að byggingin virtist undarlega mannlaus þegar hún kom, hugsaði hún þegar hún fór upp í lyftuna.

Þegar hún kom inn í þöglu skrifstofuna var hún undrandi að sjá ljósin kveikt og að hann væri þegar þar.

Hann færði sig að skrifborðinu sínu og sendi í skyndi „Góðan daginn, meistari“ til að láta hann vita af komu sinni.

***

Hann leit á úrið sitt og brosti.

Rétt í tíma.

Hann hafði eytt nóttinni í að skipuleggja vikuna framundan.

Verðlaunin fyrir uppsafnað ár sem hann þurfti að eignast þessa fallegu stúlku sem var svo heltekinn af honum.

Hann þurfti á henni að halda til að sætta sig við nýja hlutverkið, þræla líkama hennar og sál og hún hafði aðeins viku til þess.

Hann hafði skipulagt alla nóttina áður en hann ákvað næstu ferð sína.

Brosandi skrifaði hann:

"Góð stelpa, þú ert kominn á réttum tíma. Komdu á skrifstofuna mína, lokaðu hurðinni og klæddu þig úr. Farðu svo í miðju herbergisins og bíddu þar."

***

"Já meistari."

Hjartað sló, gekk hún inn á skrifstofuna sína og lokaði hurðinni á eftir sér.

Hún fann hvernig augu hans fylgdust með henni, sneri sér við og tók skref fram á við.

Hægt og rólega fjarlægði hún hvert fatnað sem hún var í og lagði það á gólfið við hlið sér.

Að lokum, nakin, setti hún sig á mjúka teppið, í miðju herberginu, til að vera upp á miskunn hans, þræl sinn.

Hún horfði á hann þegar hann stóð upp og færði sig frá skrifborðinu sínu.

Hann sveimaði í kringum hana á meðan hann horfði á hana, frá toppi til táar, hvern tommu af húðinni, ekki snerta hana, heldur svo nálægt að hún fann fyrir hitanum í líkama hans á gæsahúð hennar.

Skyndilega sneri hann aftur að skrifborðinu sínu, sagði henni að klæða sig og fara í vinnuna, og hætti henni að fylgjast með til að halda áfram vinnu sinni.

***

Hann gat séð rugl hennar og vonbrigði þegar hún klæddi sig og sneri aftur að skrifborðinu sínu.

Hann vissi að hún var tilbúin að gera hvað sem hann ákvað, að hlýða vilja hans og meira til, að niðurlæging hans og skömm lét hana leika sinn leik, en hann vildi ekki ýta of fast.

Hann þurfti að hún vildi meira, þyrfti meira.

Hann sneri sér við til að horfa á æfingaráætlunina sína á skrifborðinu sínu.

Matreiðslukennsla hans gekk vel.

Fólkinu í fyrirtækinu virtist líka vel við það.

Hann sló á hökuna á sér þegar hann hélt að ef til vill væri fljótlega í loftinu að panta henni kvöldverð með nokkrum vinum frá klúbbnum.

Hann sat við skrifborðið sitt með huga sinn að muna eftir rassingunum sem hann veitti henni, haninn hans bólgnaði af því, hönd hans sem strísti á móti henni fann fyrir örvuninni, sá hana nakta og svo fúslega hlýðna að það fékk hann næstum til að gleyma áætlunum sínum, girnd sinni og þörf. að drottna yfir stelpunni.

Sendi spjallskilaboð:

"Ertu að fróa þér, Susy?"

Hann beið á meðan spjallskilaboðin birtust á skrifborðinu hans.

Hann gæti ímyndað sér að hún væri að fikta sig, þrýsti kútinn á hana við spurninguna, en hún hafði þegar játað svo miklu meira í leikjum þeirra.

"Já, meistari, oft."

Hann skrifaði eftirfarandi skilaboð og valdi eftirfarandi orð vandlega, og vildi ekki aðeins leika við hana heldur vekja hann til umhugsunar:

"Getur verið að þessi ungi maður, sem þú sérð ekki mikið, fullnægi þér ekki nógu mikið, litla kelling? Kannski mun þessi vika hjálpa þér að vera sáttur."

Þar með lauk hann samtalinu.

***

Við skrifborðið hennar var hún agndofa yfir svarinu og skyndilega lokun samtalsins, en hún var skilin eftir að hugsa um orð hans.

Seinna, upptekin af vinnu sinni, áttaði hún sig ekki á því að hann hafði komist á bak við hana fyrr en hönd hans krullaðist upp á öxl hennar og hvíldi á hægra brjósti hennar.

Hann hallaði sér niður til að hvísla í eyra hennar:

„Ég er bara að horfa á litlu tíkina mína vinna hörðum höndum.

Hann strjúkaði yfir hertu geirvörtunni og hlustaði á öndun hennar hraða og brosti.

Hann tók svo hönd hennar og yfirgaf skrifstofu sína áður en hann sneri sér að henni:

"Veistu, Susy, þetta verður mjög ánægjuleg vika."

***

Hann hélt henni taugaveiklaðri allan daginn með litlum straumum og litlum brandara sem fengu hana alltaf til að vilja meira fyrir ómeðvitaðar hreyfingar hans og hún roðnaði meira og meira.

Hann var ánægður með að hafa vakið þörf sína allan daginn og vildi meira.

Sendiboðinn flökti á skrifborðinu sínu.

"Áður en þú ferð í dag, litla kelling, muntu mæta við skrifborðið mitt og biðja um leyfi til að yfirgefa þjónustu mína í dag."

***

"Já meistari." Hann vélritaði og flýtti sér að klára það sem hann var að gera og redda skrifborðinu sínu.

Hún var svolítið spennt.

Hann hafði strítt henni allan daginn, nærbuxurnar hennar voru blautar og klístraðar og hún trúði ekki að henni fyndist svona heitt.

Hún roðnaði þegar hún vissi að hún var litla tíkin sem hann kallaði hana, en hún virtist ekki geta hjálpað sér.

Hún stóð upp og gekk inn á skrifstofuna hans, lokaði hurðinni og beið eftir að hann kæmi henni nær.

Þetta var svona í nokkrar mínútur, þótt það virtist miklu lengur.

Þetta gerði hana taugaveiklaðari þar til hann horfði á hana og benti á stað á gólfinu við hlið skrifborðsins hennar.

"Hérna, Susy."

Hún flaug næstum á staðinn og vildi vera nálægt honum aftur.

Þegar hún sá brosið lýsa upp andlit hennar vegna hungrsins, fyllti roðinn aftur andlit hennar.

„Áður en ég fer er eitt í viðbót sem ég þarf að meta." Hann sá hana titra aðeins þegar hún tók í sig orð hans. "Vertu góð hóra og hallaðu þér yfir skrifborðið fyrir framan mig, Susy."

Þegar hann sá misskilningssvipinn á henni beið hann ekki eftir að hún hreyfði sig, heldur stóð upp, tók í handlegg hennar og þrýsti henni að halla sér að skrifborðinu, fætur hennar snertu varla gólfið.

Hann rak hendurnar upp á lærin á henni og dreifði þeim víða, smellti tungunni fast.

"Litla tíkin mín Susy, hvað hefurðu verið að gera í dag til að bleyta þetta svona?"

Þegar hann heyrði litla grátinn hennar og sá djúpa roðann, brosti hann að viðbrögðum hennar.

Hann hefði auðveldlega getað kennt stöðugum leikjum hennar um örvun hennar, en hún þagði, skammaðist sín fyrir að hafa kallað hana hóru.

Hann strauk fingrunum yfir blautu bómullarnærunum og hélt áfram.

"Hvað eigum við að gera við svona blauta druslu?"

Hann krækti fingurna í nærbuxurnar hennar, strauk blautri raufinni hennar, horfði á hana tuðra og anda eftir öllum leikjunum sem hann lagði hana í um daginn.

Hann greip um snípinn hennar á milli þumalfingurs og vísifingurs, kreisti hægt, og urraði:

"Svaraðu mér, litla kelling!"

Þegar hann heyrði hana stynja upphátt og sá hana titra, brosti hann aftur.

Þrýst að skrifborðinu hennar dreifðust lærin á henni.

Hún fann niðurlægingu hans yfir orðum hans fylla andlit hennar litum, sem gerði hana blautari.

Fjörugar hendur hans og fingur héldu henni kvíðin allan daginn, lítill líkami hennar krefjandi og þurfti snertingu hans.

Nú þegar fingur hans voru að strjúka yfir kisu hennar gerði það að verkum að mjaðmir hennar hreyfðust ómeðvitað.

Augu hans stækkuðu þegar fingur hans gripu og kreistu snípinn hennar og hún stundi hátt:

"Já, meistari, ég meina, enginn meistari, ó, Guð!"

„Þú veist hvað þú átt að gera!“ Hún öskraði þegar hann sló hana harkalega í rassinn.

Hann hélt áfram að kreista og olli sársauka í litlum líkama hennar þegar hún öskraði aftur.

Augu hans fylltust tárum þegar hann sló hana aftur og krafðist svara:

"Helgi, meistari!"

Hún fann snípinn kippast þegar hann sló litla rassinn á henni aftur.

Hún bognaði af sársauka, tárin streymdu niður andlit hennar, hún fékk fullnægingu, öskraði úr sársauka sínum og þörf.

Hann dró höndina til baka og horfði á hóruna, svo fegin að hún var næstum því að biðja hann.

Hann lyfti henni upp, kyssti tárvot andlit hennar, þegar hún hristist stjórnlaust í fangið á honum, nuddaði bakið á henni og hughreysti hana.

Hann gekk með hana inn á klósettið.

"Láttu förðunina þína litla tíkina mína, við viljum ekki að fólk haldi að við séum hér að leika eitthvað."

Hann sá hana horfa á breitt, stríðnislegt brosið sitt þegar hún roðnaði djúpt og lækkaði höfuðið.

***

Þegar hún beygði sig niður til að þvo og laga andlitið, mundi hún hvernig það var þegar hann var að snerta hana.

Hin augljósa hörku undir buxunum hans.

Hugur hennar reikar með myndum af því hvernig hani hans hlýtur að vera.

Hún skalf.

***

"Þar sem þú ert svo óþægileg stelpa, en þú ert með englaandlit, muntu vera í blautum nærbuxum, Susy, láttu fólk velta því fyrir sér hvort engillinn sé eins saklaus og hann virðist!" Hann gleðst yfir skjálfandi svipnum á andliti hennar. "Á morgun eftir að þú först í sturtu vil ég að þú veljir uppáhalds nærbuxurnar þínar og setjir þær yfir litlu kisuna." Hugur hans leiftraði minningunni um þétta, nýrakaða kisuna hennar frá skoðun hans um morguninn. "Þannig að ég vil að þú fróar þér upp að barmi fullnægingar og hættir svo, klárir þig og ferð í vinnuna. Um leið og þú kemur, komdu á skrifstofuna mína."

Augu hans stækkuðu, hjartað byrjaði að slá ákaft.

Það sem hann var að biðja um var dálítið svívirðilegt, en kisan hennar herðist og hún fann að hún dropaði enn meira.

Með skjálfandi rödd svaraði hún „Já, meistari".

Hann horfði á hana með stingandi augum sem lét hana roðna meira.

Hönd hans fór um hana til að snerta blauta, bómullarklædda kisu hennar.

Hvíslaði svo í eyrað á honum með ógnvekjandi urri:

"Og ekki stunda kynlíf með athyglislausum kærastanum þínum í þessari viku, Susy. Þú ert minn í þessari viku. Skilurðu?"

Andlit hans lýsti ljómandi vel þegar hann hvíslaði: "Já, meistari."

***

Um nóttina svaf hún af og til.

Draumar hennar fylltust af honum, líkami hans var svo æstur að hann virtist stöðugt blautur og þurfandi.

Hún íhugaði að hringja í kærastann sinn.

Hvernig gat meistarinn komist að því hvort hann gerði það?

Hún vissi innst inni að það myndi valda henni svekkju og sektarkennd, svo hún gróf höfuðið í koddann og reyndi að fara að sofa aftur.

***

Morguninn eftir, eftir langan undirbúning, fór hann í vinnuna, fóteirralaus á ferðalögum.

Hann leit í kringum sig til að sjá hvort fólk gæti fundið fyrir örvun hans, geirvörturnar harðnuðu stöðugt af þörf hans til að ávaxta og lét litla hnappinn hans pirra hann.

***

Hún fór beint á skrifstofu sína við komuna.

Hann var í síma við einhvern og þegar augu hans beindust að henni kom bros.

Hann tók upp penna og skrifaði „afklæðast" á skrifblokkina við hlið sér.

Hann sneri blaðinu að henni og benti á staðinn fyrir framan stólinn hennar á milli útbreiddra fóta hennar.

Fætur hennar titruðu þegar hún gekk hlýðnislega um stóra skrifborðið og fór að afklæðast.

Hann huldi munnstykkið með hendinni og hvíslaði:

„Hægt og rólega er þetta ekki læknispróf"

Hann blikkaði hana og hún roðnaði og kinkaði kolli og skildi að hann ætti að klæða sig af munúðarfullari hætti.

Þetta gerði hann og að lokum heyrði hann hann segja:

"Fyrirgefðu Harry, ég verð að fara frá þér núna. Ég hringi í þig seinna, einhver krefst athygli minnar."

Hann brosti til hennar og lagði símann á.

Hann skoðaði hana á gagnrýninn hátt, renndi fingri niður innra læri hennar til að finna bleytu hennar, hallaði sér svo aftur á bak og strauk tungu sinni yfir blautan fingur hennar.

"Snúðu þér við og beygðu þig yfir skrifborðið litla tíkin þín, og með útbreiddan fæturna."

Hún sneri sér við og snéri sér við og sýndi honum litla þrönga rassinn sinn.

Þegar hún horfði á litla oddinn á efninu sem spratt út úr fituvörunum hennar, klípti hann í hann og, freistandi, byrjaði hann hægt og rólega að toga.

Stóreygður og næstum vatnsmikill úr hringiðu tilfinninga og tilfinninga, hreyfði hann nærbuxurnar hennar og horfði á kisuna drjúpa enn meira þegar hún lyfti þeim.

Þegar klútaröndin kom inn í raufina hennar, togaði hann fast og horfði á andlit hennar í spegilmynd gluggans þegar hún beit í vörina og stundi.

Hann sló á berum botni hennar og sagði henni að standa upp og horfði á hana gagnrýnum augum þegar hún réttaði úr sér og sneri sér að honum.

Eftir skoðun sína sló hann hana enn einu sinni í rassinn og skipaði henni að laga fötin sín, fara í gegnblautar nærbuxurnar og fara aftur í vinnuna.

Roðinn og undrandi svipurinn á andliti hennar gladdi hann mjög.

Svo sneri hún baki í hann og tók upp símann til að halda áfram fyrri samræðum þeirra, augu hennar beindust að spegilmynd hennar í skilrúmum skrifstofunnar.

"Ójá." Hann hugsaði með sjálfum sér: "Þetta verður mjög ánægjuleg vika. Og ef áætlun mín gengur eftir verður hún miklu, miklu lengri en vika ..."

FUNDUR MEÐ STJÓRA

Hann sneri aftur að skrifborðinu sínu, andlit hans rautt af vandræði og vandræði.

Honum hafði ekki einu sinni dottið í hug að segja nei og hætta leiknum.

Hann sat í langar mínútur og velti því fyrir sér hvað gæti gerst ef hann gerði það.

Guð, hugsaði hún. „Myndi ég reka hana og útskýra fyrir fjölskyldu hennar hvers vegna eða segja þeim að hún yrði að gera það vegna þess að hún væri svo óþekk?

„Kannski," hugsaði hún. „Hún gat farið til föður síns og sagt honum hvað þessi maður fékk hana til að gera, en hún varð þunglynd þegar hún áttaði sig á því að hann hafði í rauninni ekki gert neitt sem hún hafði ekki samþykkt eða beðið um og hún gat ekki sagt föður sínum það.

Hún brosti þegar hún hugsaði um ástríkan föður sinn.

Hún var ljúfi engillinn hans og hún þoldi ekki að valda honum vonbrigðum með sannleikann, að hún væri lítil níkja eins og meistari Róbert kallaði hana.

Hún var týnd í draumóra sínum og sá ekki blikkandi spjallskilaboðin fyrr en það var of seint.

Önnur og þriðja skilaboð birtust "HÉR NÚNA!"

Hún heyrði næstum hann öskra þegar hún hoppaði og skalf af eftirvæntingu.

Hún svaraði engu, en hljóp inn á skrifstofuna sína og stoppaði rétt við dyrnar.

Þegar hann kom inn, og án þess að tala, benti hann henni að loka hurðinni og benti á stað fyrir framan skrifborðið sitt.

Hún gekk hægt að staðnum og stóð eftirvæntingarfull þegar hann lauk við að skrifa glósur í tölvuna sína.

Hann horfði á hana vonsvikinn og hristi höfuðið.

Þögn hans gerði hana taugaveiklaðari og hann stóð upp og elti hana, dró pilsið hennar upp, afhjúpaði enn blautar nærbuxurnar hennar og sló hart í rassinn.

Hann hafði gaman af hlátri hennar, sneri henni við og kreisti höku hennar harkalega til þess að hún horfði í augu hans.

Hann hallaði sér upp að andliti hennar og urraði: "Ég, Susan, er meistari þinn! Þú, stelpan mín, ert þræll mín og athyglisleysi þitt fær mig til að trúa því að þú þurfir að muna það."

Hann horfði á hvernig augu hennar villtust frá honum.

"Horfðu á mig!" Hann urraði í andlit hennar og naut andvarps hennar þegar augu hennar hófust til hans.

Hún leit upp til hans og byrjaði að stama afsökunarbeiðni, en hann þrýsti hönd sinni fast að höku hennar sem þagði í henni þegar augu hennar fylltust tárum.

Hún leit svo fallega viðkvæm út að haninn hans kipptist til.

„Þú verður auðvitað að fá refsingu, en ég held að þú hefðir gaman af því að fá annan rass, er það ekki, litla tíkin mín?

Hann horfði ánægður með, vandræði hans skolaðist yfir andlit hans þegar dökk augu hans horfðu upp til hennar.

„Ég er að bíða eftir einum af stjórnendum og ég hef ekki tíma til að takast á við óhlýðni þína núna," sendir hún hana í hornið á skrifstofunni á bak við skrifborðið sitt, hún hélt áfram, „Stattu í horninu eins og óþekk stelpan. að þú ert, meðan ég hitti Alan."

Hann fann að hún stífnaði og sá að hendur hennar fóru að renna niður pilsið hennar, en hann sló hana harkalega í rassinn og skildi eftir sig rauðan og heitan svip.

"Láttu pilsið eins og það er. Krossaðu handleggina fyrir framan þig ef þú getur ekki einu sinni fylgt þessari einföldu leiðbeiningum."

Hann heyrði hana stynja og kafna grát, og með bros sem létti á andliti hennar sneri hún aftur að skrifborðinu sínu.

Hún fölnaði líkamlega þegar hún heyrði hann hækka rödd sína og hrópa:

"Komdu inn Alan. Mér þykir það leitt að aðstoðarmaður minn var ekki þarna til að hleypa þér inn."

Hann heyrði djúpa rödd hlæja þegar Alan kom inn.

"Ekkert mál, Robert. Ég sé að þú hefur verið að gera upp hér. Mjög fallegt verð ég að segja, og þessi rauða snerting sem þú hefur bætt við, ótrúlegt!"

Hugur hans hljóp:

"Var hann að tala um hana? Örugglega ekki"

En hún gat ekki annað en bjartur kinnaroði kom á kinnar hennar þegar hún leit út um næsta glugga.

Hún reyndi að vera kyrr og verða ekki pirruð í þeirri von að hún myndi hverfa í bakgrunninn á meðan þau ræddu um einhvern skjólstæðing eða eitthvað annað.

Loks lauk fundinum og Alan fór glaður:

"Ég held að ég gæti skreytt skrifstofuna mína á svipaðan hátt, Róbert, en kannski með norrænu þema."

Hann gaf Róberti svívirðilega blikk og bætti við:

"Ég verð brjálaður þegar ég sé sveigða ljósa. Kannski er kominn tími til að gera Anne að persónulegum aðstoðarmanni mínum."

Hann hló upphátt þegar hann fór og hún hrökk við að innan.

NÝJA LEIKFANGIÐ

Hann lét hana standa þarna í hálftíma í viðbót á meðan hann fyllti út skýrslur í tölvunni áður en hann loks hringdi í hana að koma til sín.

"Ég vona að ég þurfi ekki að refsa þér aftur, litli þræll, og til að hjálpa þér að gefa gaum er ég með gjöf handa þér."

Hann opnaði skúffu í skrifborðinu sínu, tók fram lítinn heitbleikan strokk og horfði á hana um leið og hún horfði forvitin á hann.

„Hún er virkilega svo saklaus," hugsaði hann með sjálfum sér og brosti um leið og hann benti henni að fara inn á sérbaðherbergið og stinga nýja leikfanginu í kisuna hennar eins og tampon.

Hann elskaði hvernig tilfinningar léku um andlit hennar, roðnaði heillandi þegar hugur hennar barðist gegn undirgefni hennar við hann.

"NÚNA, þræll!"

Hún tók litla hlutinn úr hendi hans og gekk hægt inn á baðherbergið og sneri sér til að loka hurðinni.

En hún sá hann halla sér út og horfa á hana.

"Ég þarf að pissa fyrst, vinsamlegast meistari." Hún stamaði.

"Farðu á undan litli þræll, ég mun ekki stoppa þig." Hann bakkaði aðeins, en hreyfði sig ekki frá hurðinni til að halda henni opinni.

Hann stífnaði þegar hann heyrði hana andvarpa hátt.

Hún virtist ekki taka eftir því þegar hún dró niður nærbuxurnar til að pissa og stakk leikfanginu í.

Hún stóð upp og dró röku nærbuxurnar aftur á sinn stað.

Og þegar hendur hennar voru búnar að lækka pilsið hennar heyrði hún hann smella tungunni.

Hún leit upp og sá hann hrista höfuðið.

Hún skildi pilsið sitt eftir þétt um mittið, lauk við að þvo hendurnar og fylgdi honum að skrifborðinu hans.

Hún sá að hann kinkaði kolli til hennar og velti því fyrir sér hvað hún hefði getað gert til að styggja hann núna.

"Susan, þetta er kennsludagur fyrir þig, held ég."

Hann þagði um stund og lét hana íhuga orð sín.

"Þrælar andvarpa ekki fyrir húsbændum sínum! Skilurðu? Þetta er einfalt, já meistari, því eins og þú ert þræll minn muntu hlýða mér!" augu hans lokuðust við hennar þegar hann útskýrði síðasta brot sitt.

Hann horfði á hryllinginn og vandræðuna fara yfir andlit hennar, tennurnar nístu aftur yndislega í neðri vörina.

Stundum er það eins og að refsa lítilli stúlku, hugsaði hún.

Með stór augu kinkaði hún kolli og jafnaði sig nógu mikið til að hvísla: „Já, meistari" þegar hún sá hann harðna enn frekar af reiði.

Hún var hrædd núna, því augljós reiði hennar staðfesti fyrir henni að þetta væri ekki lengur leikur.

Staðfestingin sló hana eins og högg í andlitið sem nánast ruggaði henni aftur á hæla hennar með krafti nýfundinnar meðvitundar hennar.

Hún vissi að hún var komin of langt, gert of mikið, látið hann gera of mikið við sig, til að geta nú bakkað eða beðið hann um að hætta.

Hvert slíkt orð hefði dáið í hálsi hans.

Eftir mínútna þögn byrjaði hún að gráta og sneri sér við til að ganga í burtu.

Hann sá hana brotna, átta sig á fyrirætlunum sínum skolast yfir hana.

Þetta var hans tími til að byrja að gera hana sannarlega sína.

Hann varð að hreyfa sig hratt áður en hún skelfdist og hljóp alveg frá honum.

Hann teygði sig leifturhraða og greip í handlegg hennar áður en hún gat hlaupið.

Hún hélt fjarstýringu upp að augunum og ýtti á takkann til að hefja lágan suð í kisunni sinni.

Hún hristi til og gaf frá sér styn og leit upp til hans.

Með djúpri röddu sagði hann:

"Já, litla drusla, ég stjórna þessu nýja leikfangi í kútnum þínum alveg eins og ég stjórna þér. Ég er meistari þinn."

Hann horfði í óttaslegin augu hennar þegar hann strauk um rassinn hennar.

Leikfangið suðaði á meiri hraða.

Öndun hennar fór að aukast með spennutilfinningu.

Hann hallaði sér niður til að hvísla í eyra hennar:

"Þér finnst gaman að vera hóran mín, er það ekki, Susy?"

Hann færði sig enn nær og dró hana nær sér um leið og hann hélt áfram:

„Án þess að þurfa að fela hversu óþekkur þú ert og tilfinningarnar í þessari þröngu litlu kisu sem leikfangið skilur eftir fyrir þig þegar þú ert hjá mér, þá veistu að þér var ætlað að þjóna mér.

Þar með sló hann harkalega á rassinn á henni og hitaði hann með handprenti sínu.

Þegar hann horfði á hana naga sig í vör gat hann séð tilfinningarnar leika yfir svipmikið andlit hennar þegar það fylltist af litum.

"Þú getur verið þú sjálfur með mér, Susy. Ég elska allt sem þú ert og allt sem þú getur og verður mér."

Hún fann hvernig hitinn fór af henni, skömm og ótta í bland við vaxandi kynhungrið sem birtist í grænum augum hennar vegna æsingar leikfangsins í kisunni.

Þetta var hægt, vísvitandi orðaval, sem lét þau ráðast inn í huga hennar þegar hún glímdi við að átta sig á því að þetta yrði aldrei leikur fyrir hann aftur.

Hann talaði til að fylla höfuð hennar óþreytandi af löngunum sínum.

"Ég hef þekkt þig næstum alla þína ævi. Alltaf svo ljúfur, svo saklaus og svo hlýðinn að ég vissi að þú værir fæddur til að vera þræll, litla níkin mín. Þú þarft meistara sem veitir þér þá ánægju og sársauka sem þú þráir."

Hann hélt rödd sinni mjúkum, lágum kurr í eyra hennar, en með strangan, skipandi brún við orð sín.

"Þú getur treyst mér, Susy, ég mun sjá um þig og halda þér öruggum á meðan ég fæða þrá þína og langanir."

Hann skartaði þessu með annarri smellu í rauða rassinn á sér.

"Það eina sem ég bið litla þrælinn er að þú þjónar mér og hlýðir mér vel. Ég er meistari þinn, Susy. Og þú, litla refur, ert þrællinn sem ég þrái."

Hún var andvaka núna, líkaminn skalf sýnilega af spenningi þegar hann virkjaði leikfangið aðeins harðar og lamdi hana aftur í rassinn.

"Ég mun eiga og sjá um þig sem mína dýrmætustu eign. Sem meistari þinn mun ég þjálfa þig í að þóknast mér og refsa þér þegar þú gerir það ekki."

Hönd hans skall aftur í rassinn á henni.

Hún breiddi fæturna aðeins breiðari, hélt henni varla uppréttri þar sem hann gaf henni það sem hún þurfti.

Rétt eins og hann vildi drottna yfir henni, þurfti hún kröfur hans um stjórn yfir henni.

Hún gat séð og fundið hversu heitt hann varð í hvert sinn sem hún hlýddi sífellt frávísandi skipunum hans, jafnvel núna þegar hann horfði í augu hennar með tár.

"Þú verður að treysta og hlýða meistara þínum, Susy." Hann sló rassinn á henni aftur og urraði lágt: "Komdu að mér, litla drusla mín. Hlýððu mér og komdu fyrir meistara þinn, þræll."

Hann setti fótinn sinn á milli hennar þegar hún sneri mjöðmunum, lét hana mala blauta, dunandi kisuna sína á sig og horfði á höfuðið halla aftur til að stynja.

Hann vafði handleggjum sínum um litla líkama hennar og dró hana að sér þegar hún byrjaði að titra og skjálfa, tók hana upp, bar hana að uppstoppuðum stól og sat með hana í kjöltu sér og lét suðið innra með sér hverfa hægt og rólega.

Á þeirri stundu þráði hún ekkert heitar en að þóknast honum, hlýða honum, láta hlúa að honum og vera dýrmæt.

Hún sat í kjöltu hans í langan tíma fann hann strjúka henni, strauk um hárið og bakið um leið og hún róaðist.

Hún gat ekki sagt hvað henni fannst og hugsaði í gegnum allt sem hún hafði sagt og gert.

Í því sem hún hafði gert og látið hann gera við sig síðustu þrjá daga, í orðum hans um traust og umhyggju, ánægju og sársauka sem hann veitti henni.

Meðvitundarlaus hnykkti hún og beit í vörina aftur.

Roði hennar fyllti andlit hennar, vandræði hennar og niðurlæging tóku yfir allar aðrar tilfinningar.

Hún var samt svolítið hrædd við reiði hans og hvað þessi meinti leikur þýddi í raun fyrir hana, en hún fann líka ást hans til hennar.

Hann var næstum eins og föðurímynd, strangur og strangur en kærleiksríkur þar sem hún vöggaði sig svona í fanginu á honum.

Var það rangt af henni að hugsa svona um hann miðað við hvað hann hafði gert og láta hann halda áfram að gera það við hana?

Hann þáði ekki aðeins uppátæki þeirra heldur hvatti þá.

Það hafði fengið hana til að öskra á fullnægingu, en hún hafði ekki leitað hennar.

Hugur hans snerist við það sem honum leið.

Hún fann að hún vildi gera þetta fyrir hann, sú sterka þörf sem hún hafði fundið fyrir að flýja frá honum ýtt aftan í huga hennar kom í staðin á þessari stundu fyrir löngun til að þóknast honum þegar hún velti fyrir sér orðum hans, umhyggju, trausti og ást.

Hún ímyndaði sér hvernig það væri að vera helvíti af honum og fyllt með ásamt hans og hún hlykktist í fanginu á honum og þrýsti á sterkan harðan líkama hans.

Hann sat með hana kúrað í kjöltu hans og horfði á andlit hennar vitandi að hún var að íhuga allt sem hann hafði sagt henni þegar hann mataði vaxandi masókískar þarfir hennar.

Hann brosti þegar hann horfði á hana bíta í vörina og roðna.

Hann þurfti að eignast þessa fallegu litlu stúlku, líkama og sál, til að fá hana til að bera sársauka hans meira og þjást fyrir hann, en hann þurfti að hún kæmi fúslega til hans.

Hugsanir hans urðu dekkri og það þurfti allan viljastyrk hans til að henda ekki áætlun sinni og taka líkama hennar strax til að eignast hana og þvinga hana til þjónustu hans.

Hún ákvað að hún yrði að fara að finna eina af druslu fyrirtækisins til að vinna úr gremju sinni áður en hún missti ásetninginn.

Hann sló létt á rassinn á henni og vakti hana:

"Litla kelling, þú hefur verið gagnslaus persónulegur aðstoðarmaður í morgun, svo farðu aftur að skrifborðinu þínu og haltu áfram að vinna. Ég hringi í þig ef ég þarf á þér að halda."

Hann brosti þegar leikfangið suðaði stuttlega og fékk hana til að anda og skilja merkingu þess allt of greinilega.

Hann hjálpaði henni upp úr kjöltu sér, brosandi um leið og hann tók upp ósnortið augnaráð hennar og gljáandi blaut lærin.

"Þú getur notað baðherbergið mitt til að þrífa þig, litla drusla, en láttu leikfangið vera þar sem það er." Hann brosti þegar hún andvarpaði og horfði stutt á hann.

"Ef ég elska."

Þegar hún flýtti sér inn á klósettið og horfði á sjálfa sig í speglinum, velti hún fyrir sér hvort hún myndi einhvern tíma hætta að roðna þegar hún væri hjá honum.

Hún lagaði förðunina í skyndi og þurrkaði burt vísbendingar um ánægjuna sem hann veitti henni, hún hrökk við þegar hún sneri sér við og sá rauða rassinn sinn.

Þegar hún fór út úr baðherberginu sá hún að hann var farinn án þess að segja orð og fór aftur að skrifborðinu sínu og fannst hún undarlega ein án stöðugrar nærveru hans.

FYRIR FYRIR AÐRA

Nokkrum tímum síðar fann hún að leikfangið byrjaði aftur að raula augnabliki áður en hann kom aftur og horfði afslappaður út og brosti skært til hennar.

Hann skilaði brosinu á andlit hennar við að sjá hann, færði sig á bak við hana og horfði yfir öxlina á tölvuna hennar og lagði báðar hendur á brjóstunum hennar og kreisti þær þar til hún stynnaði mjúklega.

"Að vinna hörðum höndum litla þrællinn minn?"

Áður en hann gat svarað horfði hann á Alan sýna sig með Anne, ljóshærðu sprengjuna úr afgreiðslunni, sér við hlið.

„Góðan daginn, herra Clarkson," brosti Susan og reyndi að hunsa þá staðreynd að hendur meistara hennar voru enn að hnoða brjóstin á henni, þó roðinn sem huldi andlit hennar talaði sínu máli.

"Susan elskan, ég saknaði þín í morgun, ég vona að þú hafir ekki átt í neinum vandræðum."

Alan Clarkson, sem virtist alltaf hress, blikkaði og hló:

„Anne er persónulegur aðstoðarmaður minn núna og ég þarf að fá hana til að versla nokkra hluti svo ég geti þjálfað hana almennilega í öllu því sem nýja hlutverkið hennar hefur í för með sér."

Hún brosti til Susan.

"Róbert vill líka eitthvað handa þér, heppna stelpa, en við þurfum að vita nokkrar stærðir og mælingar. Þó að eftir því sem ég sé þá hefur þjálfun þín verið mjög hagnýt."

Hann hló góðlátlega og horfði á þegar hendur meistara síns huldu enn litlu brjóstunum hennar.

„Við skulum fara á skrifstofuna mína til að búa til lista.

Húsbóndinn hennar hló ásamt Alan, tók hana upp í brjóstunum og sló hana létt til að koma henni á hreyfingu.

Hann fór með hana í miðju herbergisins, skipaði henni og starði á hana:

„Susan, vertu nakin svo Anne geti fengið nákvæmar mælingar.

Hann horfði á hana alvarlegum augum meðan hún hikaði.

Hún fraus af vantrú, leikfangið suðaði hærra og fékk hana til að anda og líta upp og hann lyfti augabrún.

Hún kyngdi og hristi höfuðið aðeins.

"NÚNA Susan!" reiði leiftrandi í augu hans þegar hann horfði á hana.

Hún lék sér með skjálfandi höndum, sleppti pilsinu og fjarlægði jakkann og blússuna sem hún rétti Anne, sem athugaði stærðirnar og skrifaði athugasemdir.

"Brahaldarinn líka, Susy, þú mátt halda skítugu nærbuxunum í bili."

Hann hélt áfram að horfa reiður á hana.

Hún var hrædd við orð hans og tók af sér brjóstahaldarann.

Þau fluttu frá henni þegar hún var búin að afklæðast.

Mennirnir tveir færðu sig að skrifborði meistara síns til að ræða listann sinn hljóðlega og horfðu á hana úr fjarlægð.

Dauðþrungin að innan lá hún næstum nakin og skalf þegar Anne snerti og tók mælingar á ýmsum hlutum á litlum líkama hennar, þar á meðal úlnliðum, ökklum og hálsi í það sem virtist vera heil eilífð.

Hendur ljóshærðu konunnar virtust kveikja enn meira á henni þegar leikfangið raulaði og gerði hana blautari og geirvörturnar hennar óhjákvæmilega harðar, sem jók á niðurlægingu hennar.

Alan glotti þegar Anne stóð loksins á fætur og rúllaði upp mælibandinu.

"Komdu þræll, við skulum fara að versla!" Susan spenntist, en hann tók Anne í handlegginn og leiddi hana út úr herberginu og kallaði yfir öxl sér. "Við sjáumst eftir nokkrar klukkustundir Robert."

Augu Susan stækkuðu við orðið þræll sem beint var að annarri stúlku og hún sneri sér við til að horfa á þá fara.

Hann benti henni á að koma til, benti á stað á gólfinu fyrir aftan skrifborðið sitt, nálægt sér, og horfði á hana þar sem hina næstum nöktu hallaði sér á staðnum.

„Fannst þér gaman að vera í þessum skítugu nærbuxum allan daginn?

Hann strauk hendi yfir mjöðm hennar og kisan fann fyrir bleytu hennar.

"Enginn meistari".

Hann brosti.

"Jæja, taktu þá af þér og næst þegar þú freistast til að vera í nærbuxum skaltu hugsa um hvernig það var."

Bros hans varð alvarlegt.

"Þú munt aldrei aftur klæðast neinu sem hylur litlu kútinn þinn aftur án þess að ég leyfi mér það beint. Skilurðu mig þræl? Eða óþægindi þín verða miklu verri, ég lofa því."

Augu hans leituðu í hennar og vissu að hún skildi að þetta, eins og allar pantanir hans, væri óumsemjanlegt.

Hún dró af sér bljúgandi, illa lyktandi nærbuxurnar, stóð skjálfandi og nakin fyrir framan hann, andaði hægt og hvíslaði:

"Ef ég elska."

Hann strauk létt um rassinn hennar, ýtti henni niður, hallaði henni upp í kjöltu sér, talaði lágt, en með brún við röddina.

"Þar sem þú ert þræll minn, þegar ég bið þig um að gera eitthvað sem þú hlýðir, er það réttur þræll?"

Án þess að gefa honum tíma til að svara og strjúka fallega rassinn hennar hélt hann áfram að segja.

"Það er það sem þú samþykktir. Hins vegar, í þriðja skiptið í dag verð ég að refsa þér."

Hann hafði ekki gefið henni neitt pláss til að svara og brosti þegar hún stundi.

"Hik þitt þegar ég bað þig um að afklæðast var ekki ásættanlegt, þú munt hlýða mér þræll, óháð því hver er í kringum þig."

Hann fann fyrir spennu hennar þegar hún lýsti viðbjóði sínum.

"Þú verður að treysta því að ég muni ekki setja þig í hættu. Alan er líka meistari og Anne er þræll hans."

Hann lét sorgina og vonbrigðin læðast inn í rödd sína.

„Þín neitun um að afklæðast þegar ég skipaði þér það var ekki aðeins til íhugunar hjá þér, litli þræll, heldur mér sem meistara þínum."

Hún hrökk við við tóninn í rödd hans og fann að hún skammaðist sín fyrir að hafa komið honum í uppnám enn og aftur, þörfin fyrir að þóknast honum hafði vakið hana áður og hún vildi biðjast fyrirgefningar hans.

Hún byrjaði að segja bæn sína, en þagði niður.

"Ég skil að þú sért þræll og það hryggir mig að ég þurfi að refsa þér aftur, en þú munt læra að treysta mér og hlýða mér í öllu sem ég bið þig um."

Hún var að stynja af vandræðum, sem og af hitanum sem var að myndast í henni af völdum strjúkandi hendi hans og leikfangsins sem suðaði djúpt inni í lekandi kút hennar.

Hún fann hönd hans fara upp og tók sig til og hélt að hann ætlaði að slá hana, en í staðinn kom tilfinningin um að þunn stöng strauk húð hennar.

Þegar vinstri hönd hans færðist undir hana til að strjúka kisunni hennar og jók meiri ánægju við blönduna tilfinninga sem streymdu í gegnum hana.

Hún hnykkti við snertingu hans, en gaf frá sér skelkað tíst þegar stafurinn skallaði í rassinn á henni og beit í hold hennar, sem varð til þess að hún hoppaði í fangið á honum með fæturna fljúgandi.

Hún fann hvernig fingur hans sökkva inn í kisuna sína og snípinn halda henni á sínum stað og hún grét aftur, andköf hennar og styn breyttust í sársaukafullt mjað og erótískt andköf þegar hann sló hana tvisvar í viðbót þegar hann hélt áfram að fingra kisuna hennar.

Þrjár rauðar, stungnar blettur birtust á húð hans fyrir hvert brot hans þann daginn.

Hann fann hvenar brenna á húð hans þegar grimmilega stafnum var skipt út fyrir hönd hans enn og aftur.

Fingur hans snúðust og toguðu í bólgna snípinn hennar þegar hann skellti sér í krulluðu línurnar án afláts, sem varð til þess að hún beygðist og beygðist í kjöltu hans stynjandi af sársauka og örvun.

Hann horfði á ljúffenga, rauða líkamann í kjöltu sér.

Gleði hans og fjör var áberandi þegar hann horfði á hana njóta og gráta yfir honum.

Hann var meistari hennar, langvarandi ósk sem beið eftir að rætast.

Í lok vikunnar myndi hún þiggja stað hennar sem þræll hans af fúsum og frjálsum vilja eða hann myndi taka hana með valdi ef þörf krefur, en hann vissi að hann gæti ekki sleppt henni.

Hann talaði aftur lágri röddu og nöldraði:

"Komdu eftir meistara þínum, litli þræll. Sýndu mér hversu mikið þú elskar refsingu mína."

Líkami hennar beygðist, bognaði, spenntist og skalf þegar hún sprakk að skipun hans.

Hugur hans var týndur, svífur í skýi ánægju og sársauka í þriðja sinn um daginn.

Hún öskraði á hann og hljóp.

NÝR FATNINGUR FYRIR SUSAN

Susan vaknaði gruggug og ringluð, enn nakin.

Hún var staðsett í örmum meistarans í stóra froðufyllta sófanum á skrifstofu hans.

Hann hélt henni varlega, verndandi, eins og ljúfur elskhugi.

Líkaminn sagði henni hins vegar annað og hún þurfti sárlega að teygja auma vöðvana.

Hún reyndi varlega að losna úr handleggjum hans aðeins til að finna hvernig hún herðist í kringum sig.

Hún gafst upp, velti handleggjunum fyrir aftan bakið og teygði líkamann og fannst vöðvarnir mótmæla og finna fyrir meiri sársauka.

Hún hitti augu hans þegar hann horfði á hana.

Að lokum sleppti hún faðmlaginu og renndi höndum hans yfir líkama hennar þegar hún teygði sig eins og köttur.

"Þú ert minn." Hann sagði einfaldlega.

Hann sló létt á mjöðmina,

„Það er að verða seint Susy litla, þú varst sofandi í smá stund, ég er með bíl sem bíður þín við framtröppuna til að flytja þig heim.

Hann brosti blítt til hennar.

"Þú ættir að klæða þig og fara heim, áður en ég finn fleiri hluti sem þú getur gert hér."

Augu hans stækkuðu og hann hló.

"Þú getur sagt hverjum sem biður um að ég hafi haldið þér seint í vinnunni í þjálfunarskyni."

Hann hló í einlægni að roðnu andliti hennar þegar hún stóð upp og horfði niður á kjólinn sinn.

Hún hrökk við og fann fyrir hvirfilvindi óþæginda þegar hún sléttaði pilsið yfir botninn.

Hún fór stutta stund inn á baðherbergið sitt til að gera hárið og förðunina eins vel og hún gat áður en hún gekk á bak við skrifborðið sitt til að ná í óhreinu nærbuxurnar sínar.

Nærbuxur í hendinni kynnti hún sig hlýðnislega og spurði:

"Afsakið daginn, meistari?"

Hann brosti til hennar og reis upp til að kyssa hana djúpt.

Hún var skelfingu lostin þegar hún fann varir hans liggja á hennar, hissa á kossinum.

Eftir allt sem hafði gerst síðustu daga var þetta fyrsti alvöru kossinn þeirra og hún bráðnaði inn í hann.

Hann leiddi hana að skrifborðinu sínu, án þess að brjóta kossinn.

Hann lagði hana varlega á borðið svo hún gæti náð í töskuna sína og talaði hljóðlega:

"Já, þræll minn, þú hefur loksins glatt mig í dag."

Hann lét bros yfir andlit sitt þegar hann stríddi henni.

"Farðu heim, áður en ég skipti um skoðun."

Hann klappaði á rassinn á henni og naut stynjanna hennar og yfirgaf hana og fór aftur á skrifstofuna sína.

Ég var meira en sáttur.

En hann vissi ekki við hverju hún átti að búast þegar hún vaknaði morguninn eftir.

Hann var að velta því fyrir sér hvort hann hefði farið of langt á refsingardegi sínum.

Hann brosti með sjálfum sér .

Hún var yndisleg í sinni eðlilegu undirgefni og þótt hún hafi einhvern tíma á daginn virst ætla að fara, þá hafði hún verið áfram.

***

Bíllinn beið hennar eins og hann hafði sagt.

Ökumaðurinn var vingjarnlegur og þegar hann var kominn inn rétti hann honum tösku frá veitingastað á staðnum.

"Herra Robert bað mig að sækja þig eitthvað að borða, þar sem hann myndi halda þér seint á æfingu."

Hann brosti að undruninni og bleika litnum sem læddist yfir kinnar hans þegar hún tók pokann og þakkaði fyrir sig.

Leiðin heim var þögul.

Hann horfði á hana í speglinum á meðan hún horfði út um gluggann án þess að sjá landslagið í raun og veru, augun týndust í hugsunum hennar um daginn.

Hann brosti þegar hann snerti varirnar með fingrunum og hugsaði um allt sem hafði gerst.

Og um það sem gerðist, það var í kossi hans sem hann tafðist.

Sannleikurinn var sá að hún hafði gaman af hlutunum sem hann lét hana gera, hluti sem hún hefði aldrei gert ein eða með kærastanum sínum.

Henni fannst gaman að geta látið eins og hún væri „góð stúlka" sem ýtt var um í stað þess að viðurkenna að hver ný reynsla sem hann færði henni æsti huga hennar og líkama.

Hins vegar af öllu þessu var það kossinn sem sat eftir hjá henni.

Nándin í djúpum, ástríðufullum kossi þeirra hafði verið svo frábrugðinn hinni skipulögðu, yfirveguðu leið sem hann hafði strítt og veitt líkama hennar ánægju og sársauka, sem fékk hana til að finna fyrir sektarkennd og skömm, þörf og löngun.

Hún vissi að það sem hún var að gera, að vera þræll hans, var ekki rétt og þangað til í kvöld hafði hún velt því fyrir sér hversu rangt hún gæti haft áður en vikan var liðin.

Hann snerti varirnar aftur, en kossinn virtist láta honum líða einhvern veginn ekki svo slæmt.

Hún hafði fundið ást hans og ástríðu fyrir henni í þessum eina kossi.

***

Hún kastaði sér upp í rúmið sitt og velti sér þegar hún reyndi að sofa.

"Ég hafði alist upp við að þekkja hann sem hluta af fjölskyldu hans, næstum eins og frændi. Hann elskaði fyrirgefandi, heimiliselskandi eiginkonu sína og var vinur sonar síns!"

Hún kastaði sænginni frá sér og starði á loftið fyllt af sektarkennd og skömm.

"Hvað var að gerast með hann?"

Hún stundi mjúklega þegar hönd hans strauk um líkama hennar og upplifði daginn, reiði hennar, ótta, vonbrigði, skömm, löngun, þörf hennar til að þóknast honum og loks ástríðu kossins hans .

Hún kom í fjórða skiptið um daginn og sofnaði loksins.

***

Hún vaknaði og dró sig í sturtu, sektarkennd og skömm kom aftur til hennar.

Hún var næstum hrædd við að fara í vinnuna og finna hvað þessi dagur hafði í vændum fyrir hana, leið illa og íhugaði um stund að hringja veik, áður en hún hristi höfuðið.

Skelfingin yfirgaf hana þegar hún steig út af baðherberginu og blótaði lágt þegar hún áttaði sig á því að hún yrði of sein.

Hún klæddi sig fljótt og hljóp niður stigann til að fljúga út um dyrnar.

Hann hljóp út til að vera beint í fanginu á bílstjóra sínum frá því í fyrradag.

Hann greip hana um leið og hún byrjaði að hlaupa að rútunni.

"Susan"

Hún leit upp.

"Vertu róleg stelpa. Herra Robert sendi mig að sækja þig í morgun."

Hún tók skref til baka og opnaði hurðina sem leiddi hana inn í bílinn.

Hún hlýddi hógværð, undrandi yfir nærveru hans.

Hann sá tvo kassa, setta á sætið við hliðina á honum, þegar hann fór upp.

Einn innihélt kanilkökur skreyttar með broskalli og uppáhaldssafanum hennar.

Og í stærri kassa var miði stílaður til hennar.

Hún las:

"Góðan daginn þræll minn, ég vona að þú hafir sofið vel, ég ætla að gæta þín sem minn dýrmætasta fjársjóð, en það er samt margt sem þú verður að læra um hvernig á að þóknast meistara þínum. Þú ert ungur og fallegur, þú ættir ekki að klæðast þessi gamaldags vinnuföt sem mamma þín valdi þig. Fáðu þér fljótlegan morgunmat og farðu í jakkafötin úr þessum kassa áður en þú ferð í vinnuna. Ekki hafa áhyggjur af bílstjóranum, treystu og hlýddu Robert."

Hún snerti öxl bílstjórans og spurði hvort hún mætti stoppa á kaffihúsi eða einhvers staðar með baðherbergi, en hann hristi höfuðið.

"Nei. Þeir sögðu mér að halda áfram að draga þig nær, fröken."

Hún lá aftur og borðaði og íhugaði hvað hún ætti að gera.

Hún vildi ekki fá refsingu um leið og hún gekk inn.

Þegar hún kláraði smákökurnar og safann, steyptist hún niður í hornið á bílnum og hélt jakkanum að brjósti sér þegar hún skipti yfir í hvítu silkiblússuna sem hún hafði tekið úr kassanum.

Geirvörtur hennar harðnuðust og þrýstust í gegnum mjúka efnið við tilhugsunina um að bílstjórinn horfði á hana, en hún ætlaði ekki að líta í spegil til að athuga.

plíssjónapilsið upp úr kassanum og hallaði sér fram til að hylja nektina .

Hún tók af sér pilsið og setti það nýja á sinn stað.

Reyndi að gera eins vel og hún gat, hún hafði farið í plíssuðu toppinn og pilsið í staðinn fyrir toppinn og pilsið sem hún var í.

Hann tók lítinn jakka úr kassanum og setti hann á sætið við hlið sér og athugaði kassann til að ganga úr skugga um að hann væri nú þegar tómur.

Hún fann par af hvítum blúnduháum lærisokkum og minni miða...

"Haltu pilsinu uppi á meðan þú fer í sokkana þína og bílstjórinn mun gefa þér síðasta bútinn. Treystu og hlýddu, litli þræll. Róbert."

Hún var dauðhrædd og hugsaði um að hann hefði sennilega horft á hana breytast hvort eð er, svo hún gekk upp pilsið og dró sokkana aftur á sig, teygjuna þétt að læri hennar.

Bílstjórinn brosti í speglinum og rétti henni háhæla dökkbláa skó til að passa við jakkafötin.

Með roðnu andliti tók hún skóna með mjúku „Thank you" og setti fötin sín í tóma kassann.

Hann hallaði sér aftur, fór í skóna og forðaðist augu ökumannsins það sem eftir lifði ferðarinnar.

***

Þegar hún steig út úr bílnum og klæddist jakkafötunum sínum uppgötvaði hún að breiður jakkinn ramma inn kringlóttar brjósta hennar og lágu hnapparnir tveir dregnir inn frá mitti hennar til að víkka út litlar mjaðmir.

Hún sléttaði niður stutta plíssuðu pilsið sem varla huldi ofan á sokkana hennar og hallaði sér inn í bílinn.

Þegar hún áttaði sig á því að það væri of seint að bera botninn myndi birtast, greip hún í kassann með gömlu fötunum sínum og gekk rösklega í átt að byggingunni og hunsaði brosið á andliti bílstjórans.

Hún þakkaði honum ferðina og óskaði henni góðs dags.

***

Hún náði skrifborðinu sínu, stakk töskunni sinni og kassanum undir hann og gekk inn á skrifstofuna hans og beið þegjandi eftir því að hann tæki eftir því þegar hún kláraði símtalið.

Hann brosti blítt og benti á stað fyrir framan skrifborðið sitt.

Hún nálgaðist taugaveiklun á háhæluðu skónum sínum þegar hún gekk lengra inn á skrifstofuna.

Hún stóð andspænis honum þegar hann gekk í kringum skrifborðið hennar og skoðaði það þegjandi.

Hönd hans færðist upp á lærið á henni og undir stutta pilsið til að kúra og kreista rassinn á henni, brosandi um leið og hún beit í vörina á sér og andardráttur hennar greip.

"Jæja, litli þræll minn, þú hefur glatt mig með hlýðni þinni. Þetta er einn af klæðnaðinum sem þræll Alans valdi fyrir þig í gær, líkar þér það?"

"Ó já meistari. Þakka þér kærlega fyrir."

Hendur hans slógu um yndislegu brjósturnar hennar og léku sér með geirvörturnar í gegnum hreinan efnið og tókst að gera þær harðar eins og örvar.

"Farðu úr jakkanum."

Þegar hann fylgdist með svipmiklum augum hennar, herti hann tökin, klemmdi hörðu hnúðana á milli fingra sér þegar hún yppti öxlum úr jakkanum .

Öndun hennar hraðaði upp í anda, augu hennar stækkuðu og styn slapp út úr henni.

"Svo yndislegur lítill refur, bílstjórinn minn var mjög hrifinn."

Augu hans sveif yfir hana.

„Ég hafði rétt fyrir mér, þú gætir staðist fyrir óþekka skólastúlku í þessum búningi."

Hann steig skref aftur á bak, hallaði sér frjálslega að skrifborðinu og horfði á hana roðna.

"Striptu þræll, allt nema skóna þína og sokkana. Það eru aðrir hlutir sem ég vil sjá þig klæðast áður en við byrjum daginn okkar."

Hann sneri sér að henni þegar hún fór úr fötunum og strauk henni varlega að baki áður en hann sló hann og hallaði sér í eyrað á honum til að grenja:

"Meistari hefur gaman af bjarta kinnalitnum á rassinum þínum."

Hann kreisti fast í rassinn á henni þar til hún stundi, brosti og sló hana aftur.

Hann tók í handlegg hennar, leiddi hana í kringum skrifborðið sitt og setti hana við hlið sér þegar hann settist.

"Krefstu niður, þræll."

Hún kraup niður þegar hann horfði á hana.

"Það er réttur staður þræls og þú munt læra það vel í dag. Þegar þú kemur til mín muntu alltaf krjúpa."

"Já herra"

Hún horfði á þegar hann opnaði skúffu og tók fram nokkrar gullkeðjur áður en hann sneri sér að henni einu sinni enn.

Hann talaði, lágt en alvarlegt.

"Það eru hlutir sem þú munt klæðast handa mér sem eru ekki föt. Settu hendurnar fyrir aftan hálsinn og geymdu þær þar." Hann horfði á ráðvillt andlit hennar þegar hún færði hendur sínar fyrir aftan háls hans og fléttaði saman fingur þeirra.

Hann skoðaði stöðu hennar á gagnrýninn hátt, teygði fram höndina til að stilla olnboga hennar og dró þá aftur, gerði boga hennar inn í hann og ýtti brjóstunum fram.

Hún strauk þeim gróflega og stríddi geirvörtunum með meiri klípingu og talaði aftur.

"Ég ætla ekki að krefja þig um að gata þessar, en ég vil að þau verði skreytt í samræmi við það."

Hann valdi keðju og togaði í geirvörtur hennar í gegnum litlu hringina á hvorum enda keðjunnar.

Þeir voru nógu þéttir til að halda keðjunni, en án þess að skemma húðina.

Hann dró í keðjuna og sló á vinstra brjóst hennar, fékk hana til að stynja og skilja augun eftir blaut.

Keðjuböndin hertust um geirvörtur hennar þegar brjóst hennar bólgnaði.

Eftir að hafa slegið brjóstunum nokkrum sinnum, greip hann keðjuna og togaði harkalega og teygði holdið af brjóstunum áður en keðjan losnaði.

Hún stundi, skalf og tárin runnu niður kinnar hennar af stungunni.

Haninn hans kipptist við þegar hann horfði á hana.

Hann endurtók ferlið með því að klípa og kreista geirvörturnar hennar og lemja brjóstunum á henni þegar hann reyndi fimm mismunandi keðjur, togaði hverja geirvörtu hennar með sterkum rykk um leið og hann reyndi aðra keðju.

Keðjan sem hún valdi að lokum var skreytt með litlum bjöllum sem dingluðu úr lykkjunum sem klingdu við hverja smellu hennar.

Núna var hún komin með tár í augun af sársauka þegar hann lagaði líkamsstöðu sína enn og aftur.

Hann notaði skóinn sinn til að ýta af sér hnén og urraði.

"Breiðu úr lærunum, litla drusla, ég vil sjá kisuna þína skína, á meðan þú nýtur sársaukans sem ég gef þér."

Roðinn á andliti hennar passaði næstum við rauðu handaförin sem huldu brjósta hennar þegar brjóstið lyftist.

Hún fann hvernig kúturinn krampaði og dreypti meira af orðum hans.

"Hvernig gat ég haft gaman af þessu?"

Brjóst hans lyftist af hita og sársauka.

"Það hlýtur að vera eitthvað að mér, þetta var ekki eðlilegt. Það voru engar mjúkar strjúklingar eða ákafur augnaráð á milli þeirra. Bara skipanir, hlýðni, sársauki og ánægja."

Hugur hennar flýtti sér aftur að kossi gærdagsins og varir hennar titruðu með líkama hennar þegar hún skalf við minninguna um tilfinningarnar sem hún hafði fundið.

Hann þrýsti skónum sínum að kútnum hennar, nuddaði tánni sinni undir leðrið á bólgnum snípinum hennar og horfði á hvernig andardráttur hennar jókst og líkami hennar skalf og lét litlu bjöllurnar klingja kátlega á auma rauðu brjóstunum.

Hann sá hitann í augum hennar þegar mjaðmir hennar rúlluðu yfir skónum og nudduðust við hann.

Hann hélt áfram að leika sér að kisunni hennar og nuddaði hörðu leðrinu á bólgna snípinn hennar og lekandi gat.

Líkami hennar hélt áfram að sveiflast og sveiflast mjöðmum hennar að skónum og leitaði þar ánægjunnar.

Hann renndi fingrunum í gegnum hárið á sér og snéri því um leið og hann kippti höfði hennar aftur á bak og hallaði sér inn til að þrýsta næstum vörum sínum að andköfum munni hennar, hvíslaði harkalega,

"Komdu þér til ánægju meistara þíns, litla níkin sem nýtur sársauka. Þú ert minn."

Hann horfði á þegar hún bognaði harðar að skónum hans, spenntur og skalf áður en hún hrópaði þegar koma hans huldi læri hennar og skó.

"Hún var svo falleg að krjúpa svona frammi fyrir honum."

Hann hitti augu hennar þegar hani hans harðnaði sársaukafullt fastur í buxunum hans.

Hann hélt hendinni í hárinu á henni, létti sterku handtaki sínu til að strjúka henni um leið og hún róaðist.

Skjálftir fætur hennar beygðu sig til að krulla botninn á hæla hennar.

Á meðan hún var að jafna sig eftir hlaupið sagði hann við hana:

"Þurrkaðu skóinn minn. þræll"

Að sjá hana byrja að hreyfa sig til að lyfta hendinni kreppt í hárið á honum og hann ýtti höfðinu niður.

"Með tungunni, litla refur, smakkaðu hvað þú ert sæt."

Hann horfði á hana þegar höfuð hennar lækkaði ástúðlega á fætur og brosti.

Nefið hrukkaði af vanþóknun og andlitið roðnaði djúpt þegar hún sleikti safann af skónum sínum.

Hann hélt henni upp að skónum sínum þar til hann var sáttur við að hún væri búin.

Hann ýtti fótum hennar frá sér og hélt handleggnum utan um hana þegar hún reis upp á háhæluðu skóna sína, bjöllurnar dingluðu frá geirvörtunum hennar ljúflega.

"Þú hefur mikið að gera í dag, þræll, svo klæddu þig upp á þennan lúða litla rass þinn."

benti á það með klappi á botninn, hallaði sér aftur á bak og horfði á hana hneppa blússunni yfir nú skreyttu brjóstunum.

Keðjan sem fékk geirvörturnar hennar til að skera sig ljúffengt út gegn tæru silkinu, bjöllurnar sjást vel undir henni.

Þegar hann leit aftur í opnu skúffuna, stakk hann ónotuðu keðjunum í og náði í einn hlut í viðbót áður en hann stóð upp og skoðaði hana þegar hún var búin að klæða sig.

Hann klípaði um geirvörtur hennar með silkikeðju, dró hana að skrifborðinu sínu áður en hann sleppti fingrunum og ýtti andliti hennar niður og sló aftur botninn á henni.

Hún stundi og augun táruðust aftur þegar hún áttaði sig á stöðugum sársauka og hita sem hann sturtaði yfir hana í morgun.

Hún skalf þegar hann útskýrði að hann myndi vera í einum hlut í fyrramálið og því hraðar sem hún kláraði verkefnin sem hann hafði gefið henni, því fyrr myndi hann taka það af.

Hún horfði forvitin á hann hélt litlum bleikum plasthlut fyrir andlitið á sér.

Þessi var í formi lítillar gulrótar, en forvitni hennar kom í stað ótta þegar hann útskýrði hvar hann myndi nota hana.

Hún tróð sér undir taki hans á bakinu, fætur hennar þrýstu að henni.

Hann fann harðan hanann innan í buxunum.

hennar fylltist af myndum af því að hann tók hana þegar sterka grip hans veiktist til að strjúka henni mildari.

Rödd hans hvíslaði lágt í eyra hennar til að róa hana.

Þegar hann sá óttann koma inn í augu hennar hætti hann næstum, en hún hafði staðið sig svo vel í hlýðni sinni við allt sem hún hafði viljað í morgun.

Hún þurfti að vita að ekkert var bannað henni í því sem hann myndi biðja hana um, svo hún hallaði sér inn í eyrað á henni og hvíslaði:

"Þú, þræll minn, munt klæðast þessu vegna þess að ég er meistari þinn og það þóknast mér."

Hönd hans skildi leikfangið eftir á skrifborðinu þegar hann strauk um mjúka húðina á botninum á henni.

"Litli þræll, þú vilt þóknast meistara þínum, ekki satt?"

Hann talaði og strauk henni eins og hann myndi gera gæludýr.

Hvíslar yfir þörf hans til að eignast hvern hluta hennar, ná tökum á henni og eiga hana algjörlega.

Hann hreyfði hönd sína um heitt bleika hold botnsins, renndi fingri á milli neðstu kinnanna að blautu litlu kútnum hennar, stríddi henni með því að strjúka varlega yfir neðstu kinnar hennar, enn og aftur smyrja safa hennar, en í þetta skiptið yfir myrkri, rjúfandi gatið á henni, rassinn hans.

Hún hélt leikfanginu upp fyrir andlitið og hvíslaði:

"Þú munt klæðast þessu, þræll, fyrir mig, meistara þinn."

Velti leikfanginu yfir blautu kútinn hennar, huldi það með ásamt sínu, hann þrýsti því svo á botninn á henni.

Hann sá hana spennta og kreppa, lyfti hendinni aftan á hana og klappaði henni létt á bak.

"Slappaðu af, litli þræll, treystu meistara þínum."

Hann þrýsti harðar á litla tappann og horfði á endaþarmshringinn hennar byrja hægt og rólega að teygjast í kringum sig.

Hún fann öldur andstæðra tilfinninga streyma um sig.

Þar sem hún var upp á miskunn hans, beit hún í vörina á sér og vissi hversu heitt hún var fyrir hann.

hans hituðu aftur viðkvæma kisuna hennar þegar hún fann aðra hönd hans leika við botninn á henni.

Hún skalf þegar hún heyrði hvíslið hans og fann harðan hanann hans við mjöðm hennar.

Á meðan hann tók dótið og lék sér meira með kisuna hennar og rassinn þangað til hún þoldi það ekki lengur og hún var að stynja aftur og hreyfa mjaðmirnar.

Hún fann hvernig hann færði tappann aftur í botninn á sér og þrýsti honum að sér.

Hún spenntist og hann sló hana.

Hún lokaði augunum og dró djúpt andann og mjáði yfir þeirri undarlegu tilfinningu að vera með rassinn.

Það var svo stórt innra með henni, en hún vissi betur.

Hugur hennar hvarf á milli hita blauts kúts hennar og tilfinningarinnar sem var ekki svo sársaukafull heldur örvandi í botninum á henni þegar endaþarmshringur hans spenntist um tappann til að halda honum á sínum stað.

Hann urraði þegar hann horfði á tappann hverfa inn í stelpuna sem var að væla í honum.

Hann þráði að sjá andlitið á henni þegar hún var með tappann, lyfti henni upp svo pilsið féll á sinn stað og huldi hana að aftan.

Þegar hún horfði á hann blautum augum og kinnroðann hennar ljómaði á kinnar hennar.

Hann sló á rassinn á henni, fingur hans leituðu að innstungunni og lék sér með hann á meðan hann horfði á tilfinningarnar sem hyldu andlit hennar.

Hann brosti út í mjúkt andlit hennar þegar hann hallaði sér niður til að kyssa skjálfandi varir hennar.

"Þú hefur glatt mig mjög í morgun, þræll minn. En ég skal segja þér, þetta verður ansi langur dagur fyrir þig. Svo ef þú hefur einhverjar áætlanir fyrir kvöldið, þá þarf ég að hætta við þau. Hugsaðu um einhver afsökun." Hann brosti til hennar.

"Og þú getur sagt foreldrum þínum að þú munt mæta í kvöldverð hjá viðskiptafélaga með mér þar sem ég mun krefjast óvenjulegrar og einstakrar hæfileika þinna."

Hún hlustaði á hann bíta í vörina á sér, roðnaði þegar hann lék sér með tappann í rassinum á henni og kisuna krampa við orð hans.

"Hún hafði þóknast honum!"

Hún var hissa á því hvernig þetta lætur henni líða þegar koss hans jók ánægju hennar.

Hún steig fram til að bursta á hani hans og áttaði sig á því hversu mikið hún vildi finna fyrir honum innra með sér í stað leikfönganna sem hann notaði hana á hverjum degi.

Við að átta sig á þessu varð til þess að kinnar hennar brenna enn meira, hugur hennar líkir eftir skipandi tóni hennar:

"Þú, litla Susy, ert orðin hóran hans."

Hún gat ekki hjálpað þeirri gleðitilfinningu sem hún hafði yfir því að þóknast honum í ljósi vonbrigða gærdagsins.

Skömm og niðurlæging yfir því hvernig hún gladdi hann skolaði yfir hana stutta stund.

Hann hallaði höfði hennar upp við höku hennar og hitti augu hennar sem sáu andstæðar tilfinningar hennar, hann brosti og kyssti hana innilega.

Hún bráðnaði aftur.

***

Hún sat óþægilega við skrifborðið og hringdi í foreldra sína til að segja þeim að hún væri að fara í vinnukvöldverð, vinkonu sem hún hélt að hún gæti hitt í kaffi eftir vinnu og kærastann sem hún var búin að fresta um helgina.

Þannig að símtölunum var slitið fljótt og hún sendi meistara sínum spjallskilaboð til að láta hann vita.

Hann kallaði hana aftur á skrifstofuna sína og hún fór inn í herbergið, lokaði hurðinni á eftir sér og gekk að skrifborðinu sínu áður en hún kraup til að standa fyrir framan hann.

Hann skoðaði hann og lagaði stöðuna áður en hann hélt áfram.

Hún hlustaði af athygli þegar hann útskýrði krjúpandi stöðu fyrir þræla: hné opin, hendur fyrir aftan bak, höfuð hallaði örlítið að honum, varir skildu.

Hún útskýrði þrælssetustöðuna, sem var mjög lík því að krjúpa, þar sem hún gat hvílt hnén með því að sitja með rassinn á hælunum.

Ef hún var beðin um að sýna sjálfa sig þegar hún var á hnjám eða stóð, klemmdi hún hendur sínar fyrir aftan hálsinn og dró olnboga og axlir aftur eins og hún hafði gert áður.

Hann bað hann að æfa sig í þessu og gaf honum eins orðs skipun um að krjúpa, sitja eða sýna, á meðan hann sagði honum verkefnin það sem eftir var daganna.

Það var síðbúinn hádegisverður með nokkrum vinum úr klúbbnum hans í fundarherberginu hans á skrifstofunni.

Þú þyrftir ekki að elda eða þjóna í dag, en það væri hluti af skyldum þínum á öðrum tímum.

Hann varaði hana harðlega við því að hún mætti ekki hika við að hlýða skipunum hans í dag, annars yrðu refsingarnar langt umfram það sem hún upplifði í gær.

Hún skalf og hvíslaði:

"Já meistari".

"Þú munt treysta mér, Susy litla, að af öllum þeim eigum sem ég á, þá ert þú dýrmætust."

Hann horfði í augu hennar og sá augu hennar stækka af ringulreið.

"Já þræll, þú ert eign mín. Þú ert dýrmætur fjársjóður og þú ert mín."

Heilinn hans öskraði á hann:

"Eina vikuna samþykkti ég, þetta var leikur!"

Hugur hennar var á hvolfi, "hún mundi ekki einu sinni eftir að hafa lýst samkomulagi sínu fyrir vikuna. Hvernig hafði hún samþykkt þetta? Hún var að tala eins og hún vildi halda henni sem þræl sinn að eilífu!"

Andlit hans sýndi vaxandi ótta hans augnabliki áður en munnur hans steig niður á hennar í djúpum, ástríðufullum kossi.

Hún fann þrá hans, þörf hans fyrir hana, ást hans í þessum kossi og hún bráðnaði inn í huga hennar, sleppti að spyrja hann, minnti sjálfa sig á að hann hefði lofað að þau myndu tala saman í lok vikunnar.

Hann rauf koss þeirra, reis upp, skildi hana eftir krjúpandi þar sem hún var og sneri aftur að skrifborðinu sínu.

Hún setti nokkrar skrár á skrifborðsbrún sína til að afhenda henni persónulega, og í þeirri röð sem hún hafði raðað, til sumra stjórnenda, auk lista yfir margvísleg verkefni fyrir allt fyrirtækið, þar á meðal að athuga matarundirbúningur fyrir hádegismatinn þinn.

Hún gleypti allt sem hann útskýrði fyrir henni og sagði lágt:

„Já, meistari," þegar hann virtist vera búinn, en hún stóð þar sem hún var þar til hann sagði henni annað.

Þegar hann leit á úrið sitt lagði hann til:

„Þú ættir helst að drífa þig litla þræll, þjálfunin hefur tekið lengri tíma en ég hafði áætlað og þú hefur enn mikið að gera áður en gestir mínir koma."

Hann sneri skyndilega aftur til vinnu sinnar og hún kraup í ráðvilltu augnabliki áður en hún stóð upp, greip skrárnar og listann og sneri aftur að skrifborðinu sínu til að raða í gegnum verkefnin og hvernig væri best að takast á við þau.

Hún sendi honum skyndiskilaboð til að láta hann vita af brottför sinni af skrifstofu sinni.

"Flýttu þér þá þræll. Þú hefur tvo tíma. Ekki væla því fyrir hverjar tíu mínútur sem þú ert of seinn mun ég refsa þér."

Hún birti þessum svarskilaboðum á skjánum sínum og flýtti sér í burtu.

Hún komst að því að nýju, hærri en venjulega hælarnir hennar létu mjaðmirnar sveiflast meira, plíssuðu pilsið hennar rúllaði og skoppaði við hvert skref.

Hann hélt skrámunum að brjósti sér svo bjöllurnar myndu ekki hringja.

Hann flaug næstum því í eldhús og önnur verkefni áður en hann afhenti skrárnar til að verjast sem lengst.

Hún brosti og sagði lítið þegar hún fór að skoða eldhúsin og önnur lítil, auðveld verkefni, var mjög meðvituð um keðjuna og tappann sem hún notaði fyrir hann og hafði áhyggjur af því að stöðugur hiti á milli fótanna yrði augljós fyrir hvern sem er. manneskju , af öllum sem sáu hana.

Hann kíkti á úrið sitt, ánægður með hversu langan tíma það tók hann, og byrjaði að lokum að afhenda stjórnendum skrárnar og seðlana í höndunum.

Hún var meðvituð um hversu stutt pilsið hennar var og hversu þunnt toppurinn hennar var yfir brjóstunum án böndum, roðnaði hún af reiði þegar augu viðtakenda skrárinnar ráfuðu yfir hana eða lá of lengi á henni.

Hún reyndi að geyma skrárnar sem festust við bringuna á henni en oftar en ekki var beðið um að leggja þær frá sér á borðið og bíða á meðan þær athugaðu hvað hún hefði komið með.

***

Þrátt fyrir að hún hefði stöðugt verið að skoða úrið sitt, áttaði hún sig á því að hún væri þegar að verða sein að koma aftur að skrifborðinu sínu þegar hún kom að síðasta erindi sínu, sem var á skrifstofu Alan Clarkson.

Þegar Susan sá Anne við skrifborðið sitt brosa til hennar, roðnaði hún og gekk til.

"Þakka þér fyrir fallegu fötin, Anne. Það hentar mér fullkomlega." Susan næstum hvíslaði.

Anne hló glaðlega.

"Ég sé hversu vel það lítur út fyrir þig! Ó elskan, ég held að það líti stórkostlega út, þó ég hafi þegar haldið að það myndi líta vel út hjá þér. Leyfðu mér að segja meistaranum að þú sért hér og hann mun vilja sjá þig líka!"

"Ég er með skrá fyrir hann."

Hún hrópaði, hneykslaður að átta sig á að Anne var líka þræll.

Susan horfði á hana gagnrýnni augum og tók eftir því hvernig hún var klædd.

"Frábært. Þannig náðum við tveimur mörkum með einni heimsókn," blikkaði hann og hló svo aftur þegar hann skrifaði spjallskilaboð á skjáinn og beið eftir svari.

Hún hló að svari hans og útskýrði að honum líkaði líkingin við mörkin tvö.

Hann kom út fyrir aftan skrifborðið sitt og tók í handlegginn á Susan þegar hann leiddi hana inn á skrifstofu Alan Clarkson.

Alan kom út fyrir aftan skrifborðið sitt.

„Gefðu mér skrána og leyfðu mér að horfa á þig elskan Susan.

Hann horfði á hana eins og svangur úlfur sem teygði sig eftir skránni.

Hún roðnaði djúpt og rétti honum skrána.

Hann gaf frá sér „hmm“ hljóð og gekk í kringum hana.

„Sýktu þig, Susan litla.

Augu hennar stækkuðu og hún horfði upp á andlit hans í gríni, en sá engan, svo hún víkkaði stöðu sína og lyfti höndum sínum aftan á hálsinn fyrir aftan hálsinn.

"Ó, litlar bjöllur, hversu yndislegar. Ég vissi að hann myndi vilja "bjöllur fyrir Susan sína".

Hann hló upphátt og sló Anne á rassinn og sagði:

"Ég sagði þér það ekki!"

Hún vissi ekki hvað hún ætti að gera og vildi ekki sýnast óhlýðin, áður en þessi meistari tók sæti hennar aftur á meðan hann horfði á hana, stóð hún kyrr.

"Slepptu Susan, ég vil heyra bjöllurnar."

Hún hoppaði og hann veifaði henni til að halda áfram.

Hún reyndi, en stökkin hennar voru lítil þar sem hún sveiflaði á háhæluðu skónum sínum þegar pilsið hækkaði og féll og sýndi nektina undir því.

Hún féll næstum um á einum tímapunkti þar til hann teygði sig. og greip í handlegg hennar til að halda henni stöðugri.

"Þakka þér fyrir, herra Clarkson." hún andaði.

"Veistu, Susan, þú ert með fallegustu hressustu brjóstunum sem ég hef séð í langan tíma. Þú ættir að hugsa um að láta gata á þér geirvörturnar. Brjóstin myndu líta enn meira aðlaðandi og ómótstæðilegri fyrir meistara þinn." sagði Alan mjög alvarlegur þegar hann rannsakaði hana.

Hún blés þegar hann talaði.

Hann hlýtur að hafa séð augnaráð hennar þegar hún sneri sér snöggt að Anne.

"Farðu úr skyrtunni svo Susan sjái þína."

Hann sneri sér að Susan.

„Hún lét gera þau skömmu eftir að hún kom til félagsins."

Susan horfði á ljóshærðu konuna sem gat ekki hitt augu Alans þegar hún roðnaði enn meira.

Anne var í brjóstahaldara sem huldi ekki stóru brjóstin hennar heldur studdi þau eins og á hillu.

Brjóstin hennar voru skreytt löngum, breiðum, gylltum hringjum, sem dingluðu frá geirvörtum hennar.

Susan fraus þar til Alan festi fingur sinn við vinstri hringinn og lyfti honum upp, og neyddi brjóst hennar til að teygja sig út í keiluformi sem olli því að Anne stynur gátt.

Alan sleikti varirnar og brosti.

"Hún er bara falleg, finnst þér ekki Susan?"

"Já, herra Clarkson."

"Ómótstæðilegt eins og ég sagði, en við verðum öll að vinna áður en við getum spilað." Hann sneri smitandi brosi sínu að henni og blikkaði: "Þú ættir að hlaupa að skrifborðinu þínu Susan, meistarinn þinn mun bíða eftir þér. Ég er viss um. Láttu hann vita að ég mun skoða skrána fyrir hádegismat í dag. Sjáumst þar ."

Hann hló og sendi hana til baka, enn með vælandi Anne við gullhringinn.

„Já, herra Clarkson," sagði Susan, sneri sér við og flúði næstum því skrifstofuna og lokaði hurðinni hljóðlega á eftir sér.

Hann dró djúpt andann til að róa sig og flýtti sér aftur á skrifstofu meistara síns.

Hún vildi ekki stoppa eða tala við neinn á leiðinni til baka að skrifborðinu sínu og gekk með höfuðið lækkað, faldi roðann og hneigði sig til að reyna að dylja klingjandi brjóstin.

Hann komst að borðinu hennar á methraða og sendi henni skyndiboð til að láta hana vita að hún væri komin aftur.

REFSINGARHERMIÐ

Hann hringdi í hana strax.

Hann fór inn á skrifstofu sína og féll á kné rétt fyrir utan dyrnar.

Hann stóð upp og gekk í áttina að henni við innganginn að herberginu, gelti:

"Fylgdu mér. Þú ert seinn."

Hún stökk á fætur og hljóp á eftir honum inn í aðliggjandi herbergi aðeins nokkrum skrefum á eftir honum.

Þetta herbergi var með undarlegum skreytingum.

Hann sneri sér við.

"Vertu nakinn, en hafðu sokkana á þér."

Hún varð fljótt við skipunaróp hans, hlýddi honum án umhugsunar, stóð nakin og skjálfandi, bjöllurnar á brjóstunum hljómuðu.

Athygli hennar vakti að honum þegar hún horfði á hann opna skúffu og draga fram hvítt korsett.

Hann steig á eftir henni, vafði korsettinu um líkama hennar og byrjaði að binda hana fast um mitti hennar.

Bikarflögurnar fylgdu feril fjörugra brjóstanna og enduðu rétt fyrir neðan geirvörturnar.

Litlu, hörðu, hlekkjaðu bleiku brurnar stóðu út fyrir ofan gullkeðjuna og bjöllurnar , og bættu við styninu sínu.

Á meðan stóð hún hreyfingarlaus, horfði tómum augum á vegginn og einbeitti sér síðan að höndum sínum og kunni að meta tilfinninguna af korsettinu sem hann var að binda hana með.

Hann sló henni á bak þegar hún var búin.

Hún öskraði af undrun meira en sársauka þegar hann tók hana upp eins og dúkku og henti henni og festi hana við bólstraðan bjálka sem var hluti af undarlegu húsgögnunum í þessu herbergi.

Hún var há og fann sjálfa sig dinglandi við fótleggina og sparkaði í geislann til að ná jafnvægi þegar hann sló rassinn á henni aftur.

Hann færði sig dálítið í burtu og spurði hana.

"Hvað tók þig svona langan tíma, litli þræll? Eyddir þú tíma fyrir alla stjórnendur til að sjá hvaða drusla þú ert með nýju fötin þín og fylgihluti?"

Hún stundi og roðnaði enn meira.

Andlit hennar varð skarlatsrautt þegar höndin prentaðist á botninn á henni.

Hún fann hvernig hann hreyfðist og þrýsti sér að henni þegar fingur hans dreifðu rassinum á henni og þreifaði um hana.

Hún horfði um öxl á hann á meðan hann horfði á rassinn á henni og roðnaði enn meira, niðurlæging hennar yfir því að misþóknast honum og viðkvæm staða sem hún fékk hana til að hrolla við orð hans.

hennar var erfið vegna þéttra korsettsins svo hún fór að anda og stynja.

Hendur hans skildu rassinn á henni og hann horfði niður á þrjóska leikfangið þar sem hún skalf með rassinn að kreista hann.

Hann strauk höndunum yfir slétt húð hennar og gleðst yfir því að hún var hans til að drottna og njóta eins og hann vildi.

Þegar hann horfði á blikandi blauta kútinn hennar þegar fingur hans léku sér að tappinu, urraði hann:

"Ég sé að þú hefur notið þess að klæðast þessu fyrir mig, litla drulla."

Hann talaði með brún við röddina um leið og hann þrýsti létt um tappann þannig að endaþarmsop hennar teygðist hægt aftur fyrir augum hans.

Hún andvarpaði, næstum andlaus.

"Já meistari".

Hann brosti og naut sjón og hljóðs af þessum fullkomna litla líkama.

Kveðjandi tónlist hans í eyrum hennar þegar hann tók tappann af, horfði hægt og rólega á hringinn á endaþarmsopi hennar opnast hægt og kreppa eins og þétt dökk stjarna.

Hann spottaði hana einu sinni enn með fingrinum:

"Hver hluti af þér er minn, litli þræll! Ekkert er bannað fyrir meistara þinn."

Fingur hans lagðist inn í hana og heyrði hana öskra til að bregðast við honum.

Hann fann hungur hennar í honum varla stjórnað, svo hann kippti hendinni frá sér og bakkaði frá urri hennar:

"Þú skilur að ég þarf að refsa þér fyrir að vera seinn núna, ekki satt?"

"Já herra."

Hún fann fyrir stungunni í botninum, ekki eins harkalega og í gær, en nóg til að fá hana til að anda og missa jafnvægið á geislanum aftur þegar hún kipptist til og ruggaðist.

Hann fann brunann, brennandi náladofa á holdi hans og hann byrjaði að segja út afsakanir og afsakanir.

Hann þaggaði niður í henni með annarri stingandi svipu.

Hélt áfram þegar fingur hans hlupu í gegnum kantana tvo.

"Þú hlýtur að hafa verið að sóa tíma þínum, þar sem þú varst fjörutíu og fimm mínútum of seinn."

Svipan sló hana aftur, tvisvar í röð, og hún öskraði og rykkti í geislann.

"Og í auka fimm mínútur..."

Svipurinn lenti harkalega á læri hennar.

Hún stundi, tárin streymdu niður andlitið á henni þegar stingandi bruðlarnir geisluðu brennandi sársauka niður líkama hennar.

Hann sá kisuna hennar glitra af raka, svo hann færði svipuna á milli fóta hennar og nuddaði flötum leðurkennda oddinum yfir snípinn hennar.

Hún tók andköf og hnykkti.

Hann hélt áfram að leika sér að henni , teygði fram fingur í botninn á henni um leið og hún skalf og stundi, mjaðmir hennar sveifluðu á milli handar hans og svipan þrýst að bólgnum snípinum hennar.

Hann byrjaði að dæla sínum sterkasta fingri inn í hana og bætti öðrum fingri við þegar hún hikaði og mjáði í neyð.

Hún kom sprengiefni, næstum því að detta af bjálkanum, en hönd hans gróf í botn hennar.

"Hvað ertu óþekk tík, er það ekki? Hvernig líkar þér sársauki"

Hann dró fingurna frá henni þegar hann horfði á líkama hennar skjálfa af krampum.

„Þú verður að bíða þangað til húsbóndinn þinn segir þér hvenær þú megir koma, þræll.

Svipurinn beit í hold hennar enn og aftur og hún öskraði.

— Skilurðu mig, þræll?

"Já herra."

Hún öskraði þegar svipan sendi brennandi sársauka upp á lærin á henni aftur.

Hún fann frekar en að sjá litla teygjanlega röndina af efni sem hann lagði upp fætur hennar og settist um mjaðmir hennar áður en hann lyfti henni af geislanum og upp á skjálfta fætur.

Hún leit niður, efnisröndin var nógu breiður til að hylja kynið hennar og í fyrstu hélt hún að það gæti verið eins og belti.

„Sýningarþræll," sagði hann um leið og hann færði hendurnar upp að mitti, víkkaði og stillti læri og rassstöðu við hverja hreyfingu.

Hún áttaði sig nú á því að þetta var einhvers konar pils til sýnis.

Hún gekk að skápnum og dró fram hvíta hælaskó og lagði þá við fætur hennar svo hún gæti klæðst.

Hann hringsólaði hana, fingur hans ráku yfir rauðu kantlínurnar sem sáust undir áberandi pilsinu.

"Þú hefur aldrei séð þig meira Susan en núna, Susy."

Hún hallaði sér inn, kyssti tárasporin undir enn vökvuðum augum sínum og talaði lágt.

"Mmm, litla drusla mín, ég elska að sjá kvíðabirtingar þínar, en við eigum von á gestum, svo farðu á sérbaðherbergið í annarri hurðinni til hægri. Þú finnur venjulega förðunarmerkin þín þar. Lagaðu andlitið þitt og hárið . "

Hann rétti henni gullhúðað borði.

"Settu þetta höfuðband á. Ekkert ilmvatn. Og komdu aftur að skrifborðinu mínu."

Hún fór inn á baðherbergið og stóð fyrir framan spegilinn í fullri lengd.

"Hver er þessi stúlka?" hugsaði. "Hvað hafði orðið um "góðu stelpuna" sem hún hafði verið allt sitt líf? Hvernig hafði hún breyst í hóruna sem hún sá í speglinum?

Hún færðist til og tróð sér þegar hún tók eftir því að pilsið hyldi alls ekki kisu eða rass, í staðinn undirstrikaði hún æðar hennar og stöðugt örvunarástand.

„Þetta er leikur," hugsaði hann og vissi í hausnum á sér að það væri langt fram úr leik og það eina sem hann gat gert var að bíða þangað til í lok vikunnar.

"Í lok vikunnar, hvað myndi gerast þá?"

Þöglar spurningar hans hættu, þegar hann hugsaði um þá spurningu.

"Andaðu," sagði hún við sjálfa sig, "bara andaðu og hlýddu."

Hún losaði sig við sífelldar spurningar sínar og setti farðann á andlitið aftur.

Hún dró bylgjuðu hárið í þéttan hestahala og gekk aftur að speglinum í fullri lengd.

"Andaðu, andaðu bara og hlýddu." Hún endurtók sig.

Hún leit í síðasta sinn og andaði rólega, sneri sér aftur að honum, gekk að skrifborðinu hans og kraup fyrir framan það eins og hann hafði kennt henni.

Hann horfði á hana ganga með kringlóttar kinnar í rassinum, ljúflega útsettar, brjóstin rauð og reið þegar hún gekk varlega á hæla hennar og lét mjaðmirnar sveiflast eins og hóra tilbúin til ánægju.

„Þetta er mitt," sagði hann næstum vantrúaður.

Þjálfun hans hafði gengið svo vel í vikunni ; betri en hann hefði getað vonast eftir.

Sérhver hindrun sem hann setti upp virtist sigrast með tiltölulega auðveldum hætti.

Hafði stöðugar áhyggjur af því að hann væri að fara of hratt, hún hafði næstum hlaupið í burtu í gær, og hann hafði séð ótta í augum hennar í morgun, en á endanum hafði hún alltaf hlýtt.

Undirgefni hennar hafði næstum verið alið inn í hana með því að blanda saman ráðríkum föður hennar og ljúfri móður.

Hann hafði langað í hana svo lengi.

Að uppgötva löngun sína í erótískan sársauka ýtti aðeins undir löngun hans til að drottna yfir henni.

Hann vildi ekki sleppa henni í lok vikunnar, jafnvel þó að hann vissi að hann gæti þvingað hana til að vera þræll með fjárkúgun eða þvingunum, vissi hann að svona samband myndi aldrei uppfylla óskir hans.

Hann þurfti á trausti og gagnkvæmri ást að halda til að hún vildi yfirráð hans eins og hann vildi algjöra undirgefni hennar.

Hann horfði á hana í langan tíma þegar hún kraup fyrir framan hann.

Hann hafði lagt hart að sér til að komast á þennan stað í lífi sínu.

Hann átti sitt eigið fyrirtæki og klúbb sem ýtti undir myrkustu langanir hans til að drottna yfir og stjórna öllu í lífi sínu.

Hann átti konu, fjölskyldu og heimili, öfund margra, en allt þetta hafði aldrei dugað.

Hann gat haft hvaða þræl sem er í félaginu eða klúbbnum, og hann hafði notað marga þeirra á einum tíma eða öðrum.

En hann hafði leitað að þeim sem hann gat eignast og elskað á sama tíma, eitthvað sem hafði alltaf farið fram hjá honum.

Hann horfði í skærgræn augu hennar.

Susan var öðruvísi, þrá hennar var að hún væri miklu meira en líkami til að nota og misnota að vild.

Hann vildi eignast, stjórna og sjá um litlu stúlkuna, drottna yfir öllum hlutum lífs hennar og sýna henni hversu djúp ást þræls og meistara getur verið.

Hversu ólíkt því sem er hjá eiginmanni og eiginkonu, eða ástvinum, en að það var svo miklu dýpra og traustara.

Hann tók upp hvítt flauelsborða af skrifborðinu hennar og hallaði sér fram til að kyssa hana djúpt.

Þegar hann setti borðann á sinn stað um hálsinn á henni.

Hún hoppaði þegar hún heyrði smellinn á klemmunni sem lokar henni eins og þéttur choker.

Hendur hans héldu áfram að strjúka henni á meðan kossinn þagði.

Hann strauk axlir hennar og niður brjóstið, til að klípa hörðu litla brumana, hristi þá til að heyra bjölluhljóminn og stynið inn í kossinn hans.

Hann rauf kossinn og stóð upp og dró hana nær sér í geirvörtunum.

„Gestir okkar munu koma bráðum, komdu litli þræll minn."

Hann fór með hana inn í fundarherbergið og ýtti henni fram fyrir sig, hann sagði einfaldlega:

"Farðu þangað."

Hann horfði á hana þegar hún beit á vörina og horfði á fjölda stólanna.

Hún færði sig að höfuðið á sporöskjulaga borðinu og kraup á gólfið við hliðina á stólnum hans.

"Jæja, litli þræll minn, hvaða hluti hefur þú lært vel í dag?"

FUNDUR MEÐ MEISTARANUM

Eldhússtarfsfólkið var komið með matinn og var á fullu í litla eldhúsinu við að undirbúa síðustu smáatriði veislunnar.

Á meðan tók meistari hans stóran stól og sagði honum að setjast við hlið sér og benti á stað á gólfinu.

Hún hrökk við þegar hann tók sæti hennar og hlustaði þegar hann talaði lágt til hennar:

"Mennirnir sem koma í dag eru nokkrir af elstu vinum mínum. Þeir eru líka meistarar og þeir munu koma með þræla sína með sér."

Hann horfði á hana þegar hún gleypti orð hans og hélt svo áfram:

"Þú munt hlýða þeim eins og þú myndir hlýða mér. En ég mun ekki láta það særa þig, Susy litla."

Hún beit í vörina á sér, svigarnir sem skreyttu botninn á henni og fæturna dundu enn með vísbendingum um hvað myndi gerast ef hún sleppti honum.

Hún leit upp þegar hann þagði og horfði í augu hans og hvíslaði:

"Ef ég elska".

Hann ætlaði að spyrja eitthvað annað um gesti sína þegar maður sem hélt á stúlku í bandi gekk inn á skrifstofuna.

Hann brosti hlýlega, rétti út höndina til að grípa í hönd Roberts og hristi hana ákveðið.

"Erum við fyrstir til að koma?"

"Reyndar, Steve, það er rétt. Gaman að sjá þig." Hann leit niður og spurði: "Og hvernig hefurðu það í dag, Shaky?"

Susan var hissa þegar stúlkan svaraði með „Hiip," eins og hljóðið í litlum hundi, og tróð sér þegar hann klappaði henni á höfuðið.

Susan horfði betur á hana þegar hún tók eftir því að hún var með rauðan leðurkraga með orðinu „tík" skrifað með demöntum að framan.

Susan var að dást að blúndukjólnum sem þrællinn var í þegar hún heyrði nafnið sitt og leit upp, kinnroðandi, þegar hinn meistarinn heilsaði henni.

„Gaman að hitta þig, herra," sagði hún með skelfilegri röddu um leið og hún roðnaði enn dýpra, mjög meðvituð um hversu berskjölduð henni leið.

Athygli hennar sneri aftur að dyrunum þegar hún heyrði mikinn hlátur frá Alan Clarkson, sem gekk inn með manni sem var eins og maðurinn sem var nýbúinn að heilsa henni.

Susan leit frá einum til annars, höfuðið snerist þegar hún horfði á tvíburameistarana tvo.

Í svima tók það hana augnablik að átta sig á því að grannvaxin stúlka stóð þegjandi fyrir aftan hlæjandi meistaraparið.

Sá sem hafði farið inn með Alan var meistari John, tvíburabróðir Steve, á eftir mjó stúlka, þræll hans Samönthu.

Auðvitað var líka Anne fyrir aftan, sem brosti og blikkaði hann.

Síðustu tveir meðlimir hópsins komu með stelpurnar sínar á nokkrum mínútum.

Susan sat hljóðlega og reyndi að vekja ekki athygli þegar mennirnir heilsuðu hvor öðrum og stelpunum.

Hún hneigði höfði og brosti þegar henni var heilsað, en hún treysti ekki skínandi röddinni sem hafði kvatt fyrsta meistarann.

Þess vegna þagði hann í taugaveiklun sinni.

Allir fluttu inn í fundarherbergið sem hafði fengið tilfinningu fyrir gömlum matsölustað af hæfileikaríku eldhússtarfsfólki.

Susan rannsakaði síðustu gestina.

Meistari Barry var þéttvaxinn maður, frjálslegri klæddur en hinir meistararnir, enda í gallabuxum og jakka sem leit undarlega út í mótsögn við fínsniðin jakkaföt hinna meistaranna.

Á eftir honum kom Cinthia, hávaxin ljóshærð ljóshærð kona, en vöðvarnir virtust gára við hverja hreyfingu.

Síðasta parið var af meistara James, eldri herramanni með skærblá augu, sem Amy fylgdi á eftir, bústnum stúlkum með smávaxinn munn sem lét hana líta út eins og amorengill.

Allar stelpurnar sátu eins og hún við hliðina á húsbóndastólum sínum þegar þjónarnir gengu inn með vín og mat á fyrsta réttinn.

Hönd húsbónda hennar gaf henni litla bita af disknum sínum og hún naut bragðsins af ríkulegum matnum.

Hún fylgdist með hinum stelpunum þegar Meistararnir töluðu um viðskipti og sameiginlega vini.

Anne hallaði sér með handleggina utan um fót meistara síns, Shaky virtist vera að krullast upp á fætur meistara síns, Amy hafði hvílt höfuðið á læri meistara síns og Cinthia virtist næstum hrista hestahalann með litlum hreyfingum höfuðsins.

Anne tók auga hans og blikkaði.

"Okkur vantar þjónustubjöllu hérna Robert, hvar eru þessir þjónar?" Master James kvartaði.

„Kannski gætum við rokkað Susan í staðinn," hló Alan.

Augu eldri meistaranna lýstu upp við sjónarhornið, þá kinkuðu þeir kolli.

„Stúlka svo lág að ég efast um að hún gæti gert nógu mikinn hávaða.

Robert hló vingjarnlega.

Hættirðu aldrei að kvarta, James?"

"Ég gæti það ef þú hristir litlu stelpuna þína."

Susan horfði á þegar meistari hennar teygði sig niður og dró keðjuna á milli geirvörtanna hennar og hristi hana, þannig að bjöllurnar hringja ljúft.

"Ég býst við að þú hafir rétt fyrir þér, James, það gerir ekki mikinn hávaða."

Eftir að hafa sagt þetta sló hönd hans út með leifturhraða og sló í hægra brjóst hennar sem olli því að hún hrópaði meira af undrun en sársauka.

"Var það betra?"

„Þetta var varla meira en væl.

James brosti og bláu augun hans tindruðu til hennar.

Eins og til að bregðast við hinu svokallaða tísti birtust þjónarnir og ruddu í burtu diskana og settu í staðinn íburðarmeiri mat.

Meistararnir fóru aftur að tala um viðskipti á meðan Susan rannsakaði stelpurnar aftur.

Hún velti því fyrir sér hvort þeir hefðu kosið að vera þrælar eða hvort þeir, eins og hún, væru föst í þeim aðstæðum.

En var hún föst?

Fyrst kannski, en nú var hún ekki viss um það.

Kannski var hann farinn að líka við hana meira en allt.

Hann leit aftur í kringum sig í hópnum og hristi höfuðið.

Þetta virtist næstum ekki raunverulegt.

Það eðlilega að setjast niður og taka á móti litlum handfyllum af meistaradisknum sínum eins og þetta væri gert á hverjum degi.

Kannski var hún orðin svo upptekin í þessum leik að hún taldi ekki lengur þrælahald sitt slæmt?

Hugsanir hennar fóru í gegnum huga hennar þegar hún opnaði og lokaði munninum hlýðnislega fyrir annan bita.

Hann velti því fyrir sér hvort ástúð stúlknanna væri hluti af þeirra eigin persónuleika eða hvort þær hefðu verið mótaðar að vilja húsbænda sinna.

Og hún furðaði sig líka á því hvernig þessar stúlkur hljóta að líta á hana, með stöðugum kinnalitum og barnaskap,

Gátu þeir sagt að hún væri ekki sannur þræll?

Týnd í eigin hugsunum hafði hún ekki hlustað á samtöl meistaranna og varð hissa þegar hinir meistararnir fóru að standa upp og yfirgáfu herbergið og skildu stelpurnar eftir í friði.

Hann horfði forvitinn upp á meistara sinn þegar hann stóð líka upp.

Hann beygði sig niður og strauk hár hennar varlega.

"Ég kem bráðum aftur litli."

Hún kinkaði kolli og horfði á þá fara.

Um leið og dyrnar lokuðust stóð hin bústna Amy upp og skoðaði borðið áður en hún renndi sér inn í tómt sæti meistara síns og lyfti næstum fullu vínglasinu upp að litlum vörum hennar.

Samantha ranghvolfdi augunum.

"Þú brjálæðingur Amy, þú ættir ekki að festast þarna inni."

"Gefðu þessu frí, Samantha, þú ert ekki elsta stelpan hér." Shaky sagði: "Amy er alltaf brjálæðingur sem mun ekki breytast, auk þess sem við verðum að skemmta okkur með nýju stelpunni." Hún brosti tönnum í áttina að Susan. „Þú verður að segja okkur, yndislega Susan, hvernig þú náðir hinum óviðráðanlega meistara Robert.

Hún hafði skriðið nær henni og lá á maganum með hendurnar studdar hökuna á meðan hún beið eftir svari.

Hvernig gat hún sagt þessum stelpum að hún væri gripin?

Að hún vissi ekkert um þrælahald og að það hefði byrjað sem leikur fyrir hana.

Hugsanir Susan fóru á kreik og hún roðnaði djúpt þegar stúlkurnar horfðu á hana og biðu eftir svari.

Samantha bjargaði henni:

„Ég held að Susan hafi ekki haft hugmynd um þetta allt saman, elskan.

Susan hristi höfuðið og lækkaði augun.

Og Samantha hélt áfram að hvísla samsærislega að hinum:

„Ég hafði aldrei verið þræll fyrir þessa viku." Hún sneri sér að Susan og brosti traustvekjandi, "ekki hafa áhyggjur elskan, þessar stelpur ætla ekki að skemmta sér með þér. Við látum meistarana eftir það." Hún hló.

"Engan veginn! Er það satt?" Shaky horfði í andlit Susan af mikilli forvitni.

Amy kom líka nær, "Jæja, jæja, sæt saklaus stúlka, sem hefði haldið að þetta væri það sem meistari Robert var að leita að, undrandi að vita smekk sinn."

Susan reyndi að forðast sína eigin undrun þegar þau töluðu um hana, en hún fann hvernig roða fylltist kinnar hennar.

Amy hélt áfram, "Meistari þinn hefur aldrei tekið þræl sem sinn eigin áður. Heldurðu að hann muni halda þér?"

Susan leit upp stórum augum og öskraði:

"Haltu mér?" Hún hristi höfuðið, "Ég hélt að þetta yrði skemmtilegur leikur, en núna er allt ruglað í huganum. Með ykkur öll hérna virðist þetta vera eðlilegasti hlutur í heimi, en ég veit það ekki alveg . það sem ég er að gera oftast."

"Ó, þegiðu elskan, allt er í lagi." Samantha sagði með blikk: "Ég hef fylgst með þér alla vikuna og þú lítur ótrúlegri út með hverjum deginum sem líður."

Shaky brosti. "Þú ert virkilega nýliði, nei! Jæja, veistu bara að ef hann leyfir þér að hitta alla meistarana okkar, þá held ég að hann ætli að halda þér í kring um stund." Shaky sleikti kinn Susan og fékk hana til að hlæja, "Og það væri gaman að fá nýjan leikfélaga, eða viltu frekar Samönthu?"

Amy leit niður af borðinu og þrýsti vörum sínum saman.

"Það eru margir þrælar í klúbbnum sem hafa þjáðst fyrir að vera með hálsmen meistara Roberts. Ef hann ákveður að vera hjá þér ættum við að geta heyrt grátgrát þeirra allra." Hún hló , klappaði höndunum og drakk annan sopa af víni meistara síns. „Mér þætti gaman að sjá andlit þeirra þegar þau komast að því."

„Ég býst við að það sem stelpurnar meina sé að svo virðist sem meistari Robert ætli að hafa þig hjá sér. Anne hætti þegar hún sá kvíðan í augum Susan. "Þér finnst gaman að vera þræll hans, ekki satt?"

Susan var hissa á spurningunni.

Honum líkaði?

Hún beit á vörina þegar hún hugsaði um það.

Hún hafði verið að segja sjálfri sér að hún væri góð stúlka neydd í þrældóm, en hvernig gat hún sagt það við þessar stúlkur?

Hún vildi ólmur spyrja hvernig þeir urðu þrælar.

Hafa þeir val um að ákveða hvort þeir væru... allt í lagi?"

Cinthia hreyfði hestahalann sinn, hnýtti aðeins og hallaði höfðinu.

Amy renndi sér til jarðar og benti á Cinthia og hvíslaði:

"Ég veit ekki hvernig hann gerir það!"

Augnabliki síðar opnuðust dyrnar og þjónarnir komu til að hreinsa borðið.

Hver stúlknanna stóð þegjandi á sínum stað þar sem þjónarnir unnu hratt að því að fylla borðið af ávöxtum og ostum og þær voru enn einar eftir.

Aftur horfðu allar hinar stelpurnar á Susan og biðu enn eftir einhvers konar viðbrögðum.

„Ég veit ekki hvað ég er að gera, hvað þá hvað ég vil," sagði Susan dapur. "Þetta er ólíkt öllu sem ég hef upplifað áður. Þið virðist öll vera svo góð, svo, um, eðlileg!" Cinthia hnussaði og lyfti augabrún. „Jæja, þú veist hvað ég meina, fyrir venjulegan heim er staðalmynd kynlífsþræls..." hún leitaði að rétta orðinu.

Hún gafst upp og yppti öxlum.

„Ó, allt í lagi dúkka," kom Anne henni til varnar. "Við þekkjum staðalímyndina, en hafðu augun og huga þinn opinn fyrir öllu sem þú sérð og heyrir og þú munt átta þig á því að það er ekkert eðlilegt í öllum þessum heimi. Hugsaðu um kynlíf eins og ís, ef allir væru hrifnir af vanillu Þvílíkur leiðinlegur heimur væri það. ."

Amy ranghvolfdi augunum og kinkaði svo kolli til Susan.

"Ís er klístruð gömul samlíking, en hún virkar. Fólk hefur gaman af mismunandi hlutum, mat, bílum, fötum og kynlífi. Ég myndi segja að þú yrðir að ákveða það sjálfur, en ég held að þessi ákvörðun hafi þegar verið tekin fyrir þig."

Susan beit á vörina og ætlaði að mótmæla því að hún hefði einn dag í viðbót til að ákveða sig, en viðvörunarkerfið hennar, Cinthia, kom þeim aftur á sinn stað rétt þegar Masters voru að snúa aftur í sæti sín og spjalla glaðlega um klúbbaviðskipti og sameiginlega kunningja.

Eftir að það virtist vera klukkutímar, en líklega ekki fleiri en einn, kæfði Amy geispi án mikils árangurs og vakti athygli borðsins.

Meistari James leit niður, "Jæja, það er það sem þú færð fyrir að vaka fram yfir háttatímann, elskan."

Hann leit upp með kjaft og byrjaði að mótmæla: "En..."

Harðorðslegt augnaráð frá meistara hennar fraus tungu hennar og hún baðst afsökunar og kraup og réttir úr sér.

James brosti svo og ruglaði krullunum.

"Af hverju spyrðu ekki meistara Robert hvort þú megir leika þér með bjöllurnar hennar Susan til að halda þér uppteknum í smá stund lengur og svo fer ég með þig heim, litla?"

Ógæfa glitraði í augu hennar þegar hún reis á fætur og sneri sér svo ljúflega að Robert sagði.

"Ó takk, meistari Robert, má ég? Þetta eru svo fallegar litlar bjöllur og þú átt svo fallegan þræl."

„Hvernig gat ég sagt nei við svona sætri stelpu? Robert brosti.

"Þakka þér fyrir, meistari Robert, takk!" Amy hrökklaðist upp og hvarf undir borðið til að skríða til Susan.

"Það lítur út fyrir að hún sé vakandi núna." Alan hló þegar Shaky gaf æstum óp og róaðist með snöggu togi í tauminn.

"Það virðist sem allir vilji leika við nýju stelpuna." Barry muldraði.

Robert brosti til hennar.

„Ég get ekki sagt að ég kenni þeim um, mér finnst mjög gaman að leika við hana."

Þessu var tekið með miklum hlátri og hann fann sig enn og aftur roðna af reiði undir eftirliti herbergisins .

Amy sat glöð við hliðina á henni og lék sér með geirvörtur Susan og hringdi bjöllunum á ýmsum tempóum meðan samtalið hélt áfram í kringum hana.

Hún fann meistara sinn leika sér með hestahalann og horfði í stingandi augun.

Andardráttur hennar kipptist við og augu hennar stækkuðu þegar hún fann munninn á Amy herðast um geirvörtuna.

Þegar hann lék á bjöllurnar með fingrunum færðist tungan hans yfir harða bleika blettinn hennar.

hans tindruðu og hrukku við hornin í brosi sem fannst ekki bara á munni hans.

"Það lítur út fyrir að stelpan mín sé of spennt eins og venjulega, það er best að ég fari með hana heim eða hún verður of kvíðin til að sofa aftur. Komdu stelpa, við skulum fara með þig heim." Meistari James stóð upp þegar hann talaði.

Amy hallaði höfðinu aftur á bak og sleppti geirvörtunni sem hún hafði hjúkrað með miklum hvell.

Hann leit upp og spurði lágt:

"Má ég kyssa þig bless?"

"Já elskan. Þakkaðu svo meistara Robert og við erum á leiðinni."

Amy lagði aðra höndina á kinn Susan og hina á háls Susan og hélt henni á sínum stað þegar hún þrýsti vörum sínum að sínum.

Susan fann fyrir áleitnu tungunni og skildi varirnar hógværlega þegar bústinn kyssti hana blíðlega en djúpt og rannsakaði munninn á henni með flöktandi tungu og varð Susan andlaus í lok kossins.

"Bless, nýi vinur minn, ég vona að við sjáumst oft oftar. Þú verður að mæta á leikdaga, ég á fullt af frábærum leikföngum!" Hún vældi þegar meistari hennar ræsti hann og stóð upp, "Þakka þér fyrir að leyfa mér að leika við Susan Master Robert."

"Vertu velkomin elskan, sofðu rótt. Gamli kurteisi húsbóndinn þinn lítur út fyrir að vera hallærislegur."

Amy setti upp sitt tælandi saklausa andlit: "Trúirðu því?" Hún horfði á húsbónda sinn upp og niður, "Kannski ætti ég að taka fram hjúkrunarfræðingabúnaðinn minn þegar við komum heim til mín og gefa það ávísun."

"Ó, ég held að það sé örugglega það sem þú þarft, elskan. Farðu nú og farðu heim."

James stundi: "Takk fyrir það vinur minn, kannski næst þegar ég get fyllt höfuð Susan af húsverkum til að halda þér uppteknum."

Amy brosti og sneri aftur að borðinu, "Bless dömur og dömur."

Hún tók síðan í hönd meistara síns og hélt áfram að leiða hann út úr herberginu á meðan hann kvaddi.

Steve hló og sagði hljóðlega við John:

"Ó, ég held að það verði enn eitt kvöldið til að minnast fyrir þennan ósvífna krakka."

John hló.

„Nema James ákveði að lemja hana á langri ferð heim.

„Við Cinthia ættum líka að vera á leiðinni núna, ég vil fara í reiðfélagið og við eigum mikinn undirbúning fyrir höndum." Barry urraði í sínum djúpa barítón.

Robert stóð upp og brosti.

"Ó já, auðvitað. Það er heppið að þú varst í bænum á fundinum okkar. Takk fyrir komuna Barry."

Robert gekk í átt að dyrum herbergisins áður en hann sneri sér við og benti hinum:

"Af hverju færum við okkur ekki yfir í þægilegri stólana þegar nær dregur kvöldi? Útsýnið er frekar gott þarna uppi."

Meistararnir stóðu upp og fylgdu á eftir með stelpurnar sínar á eftir.

Anne ýtti Susan til að hreyfa sig.

Hann hafði fylgst með Cinthiu og langfættu göngulagi hennar þegar tilvísunin í reiðklúbbinn datt loksins í hug hans.

Hann horfði meira á hinar stelpurnar en að reyna að sjá eiginleika þeirra, ef svo má að orði komast.

Shaky var yndislegur lítill hvolpur og Anne var gróskumikil, kynþokkafull stelpa, en Samantha var að rugla í henni.

Susan var undrandi að sjá stúlkuna ganga, hún var tignarleg eins og hún væri ballerína.

Enn og aftur fannst Susan vera út í hött, það var ekkert sérstakt við hana og hún átti mikið eftir að læra.

Hún áttaði sig á því að hún gæti aldrei verið sérstök eins og þessar stelpur og að meistari hennar hafði aðeins verið að leika við hana.

Með þessu áttaði hún sig á því að hann myndi ekki, gæti ekki haldið henni sem þræli sínum ef hún hefði ekki sérstaka eiginleika.

Hún fann mikinn léttir í gegnum sig yfir því að hún þyrfti ekki að ákveða sjálf.

En fljótt fylgdi tilfinningunni sorgarbólga.

Hún beit í vörina í hugsun, fylgdi meistara sínum að stólnum sínum og settist við hliðina á honum.

Hún hristi hugsanirnar út úr höfði sér aftur þegar meistari hennar vafði hönd sinni um hestahalann hennar enn og aftur og leit upp til hans.

"Hey John, fáðu stelpuna þína til að þjóna mér bróðir, þessi þræll er gagnslaus með öllu sem kemur ekki í flösku eða dós."

Steve ýtti við Shaky með fæti sínum og hún urraði lágt á hann, sem fékk hann til að kinka kolli.

Með kinkandi kolli frá meistara sínum færði Samantha sig í átt að meistara Steve með dansandi fætur.

Hún þrýsti líkama sínum að honum og sleikti háls hans upp að eyra hans, nartaði mjúklega og grenjaði:

"Meistari, hvað vill þessi þræll að ég fái fyrir þig í kvöld?"

"Skotskur vinsamlegast, yndislegur."

Samantha rétti sig úr líkamanum, snérist á fótunum og hún renndi sér í átt að eldhúsinu.

Hún þurrkaði niður ferskt glas og sneri sér örlítið til að gefa áhorfendum sýn á svalandi, bogadregna útlínur líkama hennar þegar hún renndi glerröndinni upp og yfir brjóstið, skjálfandi og dró djúpt andann.

Susan horfði á hana, heilluð.

Anne fyllti glasið sitt hálfa leið áður en hún opnaði frystihurðina og lét köldu loftinu skolast yfir sig.

Þetta loft gerði geirvörtur hennar harðnandi og sýndu oddhvassar þær greinilega undir fínu silkiflíkinni sem hún klæddist.

Hann greip ís og sleppti því í glasið með háu hljóði.

Hún lokaði frystihurðinni með mjaðmahreyfingu og hallaði sér aftur, hristi höfuðið og lét hárið falla í bylgju af dökku silki.

Hún snéri sér að meistaranum, brjóst hennar burstuðu handlegg hans og lyfti glasinu að vörum hennar fyrst, til að kyssa brúnina, hún purpaði:

"Viskíið þitt, meistari Steve, þessi þræll vonast til að þjónustan þín hafi þóknast henni."

„Frábær þjónusta eins og alltaf, og eitthvað sætt. Farðu nú aftur til meistara þíns áður en hann gleymir hverjum þú tilheyrir."

Susan var hrifin af því hvernig Samantha lét uppáhellinguna líta svo kynþokkafullan út.

Hún fann sjálfa sig að vilja geta gert það og leit upp til að sjá viðbrögð meistara síns aðeins til að finna hann fylgjast með henni af athygli.

Hugsanir hans stukku í hausinn á honum.

Væri hún svo fyndin að þóknast honum?

Kannski gæti hún lært að vera svona glæsileg og aðlaðandi og kannski myndi meistarinn vilja halda henni.

Hún hafði sannfært sjálfa sig um að hann myndi senda hana í burtu eftir að vikan væri liðin.

Hún var föst í framsækinni hugsun og velti því aftur fyrir sér: Var þetta lífið sem hún vildi, að vera í eigu sem þræl, að vera neitað um valfrelsi sínu með því að hlýða öllum skipunum hennar? Gæti hún lært að vera sérstök á einhvern hátt? vinsamlegast honum?"

Löngun hennar til að þóknast honum enn og aftur dró úr öllum öðrum spurningum hennar og hún beindi athygli sinni aftur að lávarðanum sem héldu áfram að grínast þegar leið á síðdegis og himininn varð bleksvartur.

Tvíburameistararnir neituðu frekari drykkjum á þeim forsendum að þeir hefðu trúlofun á klúbbnum um kvöldið og Alan sagði einnig að hann hlakkaði til að heimsækja klúbbinn og sjá hvað væri til sýnis.

Róbert neitaði að ganga til liðs við þá á þeim forsendum að hann hefði enn vinnu til að sinna.

Hann stóð upp til að ganga að dyrum fundarins, spjallaði vingjarnlega, og Susan fylgdi þegjandi á eftir og þakkaði Anne fyrir allan stuðninginn allan daginn og kvöldið.

"Æ elskan, þetta var ekkert, við höfum öll verið ný í þessum lífsstíl á einhverjum tímapunkti."

Anne kyssti Susan á kinnina og fylgdi Alan inn í lyftuna.

Þegar lyftan loksins lokaðist sneri Robert sér við og gekk aftur inn á skrifstofuna, viss um að hún myndi fylgja eftir.

Þegar hún kraup fyrir framan hann, hallaði sér aftur á hæla sér, hallaði hann sér fram til að strjúka henni um kinnina.

"Ég er mjög ánægður með frammistöðu þína í dag, stelpa."

Hann hallaði sér inn til að kyssa hana djúpt og hún fann fiðrildi flögra í maganum á henni og unaður niður hrygginn.

Ég var glöð!

Gleðin sem hún fann var áþreifanleg ásamt kossi hans.

Hann hugsaði ekki um annað en hvernig orð hans og snerting hans létu henni líða.

"Nú þegar við erum búin að ganga úr skugga um að þú hafir frí, skulum spila leik Susy. Ég veit hvernig þér líkar við leiki." Hann brosti til hennar með vitandi brosi.

"Já herra." hvíslaði hún.

Hún hafði vonað að þegar gestirnir væru farnir fengi hún að fara heim og slaka á.

Þetta hafði verið mjög langur dagur og hún var mjög ringluð, með allar hugsanir hennar flækt í huganum.

Hann hélt áfram:

"Við getum hvor um sig spurt þriggja spurninga um kvöldið. Þú getur spurt mig hvað sem þú vilt vita um gesti okkar og kvöldið. Ég mun spyrja þig spurninga um það sem ég vona að þú hafir lært. Og eins og alltaf, ef ég er það ekki ánægður með svörin þín mun það hafa afleiðingar." .

Hann hrökk við vitandi að hann fylgdist ekki nógu vel með smáatriðum og hugurinn reikaði oft,

Hún hefði átt að vita að það yrði próf, hann var alltaf að prófa hana einhvern veginn.

En hún kinkaði kolli og hvíslaði:

"Ef ég elska".

"Jæja þá, nú skulum við byrja, gefðu mér nafn hvers gests og þræls þeirra."

Hann dró djúpt andann og byrjaði með skjálfta í röddinni:

"Alan Clarkson og þræll hans Anne, Steve Goodman og þræll hans Shaky, John Goodman og þræll hans Samantha, James Smith og þræll hans Amy, og Barry Collins og stúlkan hans Cinthia."

Hún beit á vör, eftir að hafa ekki verið formlega kynnt, hafði hún heyrt nöfnin og sett saman eftirnöfnin af þekkingu sinni á minnismiðunum og tölvupóstunum sem hún hafði sent þeim sem aðstoðarmaður þeirra.

„Mjög áhrifamikill," brosti hann, „en ég er hræddur um að sem þræll , sem var eina hlutverk þitt í kvöld, ættir þú að vera ávarpaður sem meistari og fylgt eftir með fornafni þínu. hún klappaði á kjöltuna á sér þegar hún sá neðri vörina síga, "Í kjöltunni á mér, litla Susy."

Hinir sársaukafullu brjálæðingar, sem höfðu markað hana sem hóru fyrr um daginn, voru löngu dofna.

Hann strauk hendinni mjúklega yfir botninn á henni áður en hann sló hann fast og horfði á handprentið byrja að ljóma bleikt á sléttri húð hans.

Hún beit á vörina stynjandi þegar hún hreyfði fæturna.

Á meðan fór hönd hans niður fjórum sinnum til viðbótar, einn fyrir hvern meistara sem hafði mætt í síðbúinn hádegisverð.

Nokkur tár höfðu runnið niður kinnar hennar, meira af því að valda honum vonbrigðum en höggunum, þegar hann snerti rassinn á henni og lagði til:

"Þú átt að gera".

Hún hugsaði og spurði:

„Hver stúlkna var sérstök á einstakan hátt, þar sem Shaky var ungstelpa, eru þær þjálfaðar til að vera þannig af meistaranum sínum eða er það náttúrulega þannig?

"Sumir þrælar hafa fyrirhuga á ákveðnu hlutverki og verða teknir af meistara og þjálfaðir fyrir óskir sínar og þarfir." Hann þagði um stund áður en hann hélt áfram, "Sumir meistarar kjósa autt striga og munu taka stelpu og móta hana að vild. Hins vegar, fyrir hvorn möguleikann, verður stúlkan að hafa eðlilega undirgefni. Þvinga ánauðin til stúlkunnar ekki koma alltaf eins vel út og meistari vill."

Hugur hans skaust.

Var ekki verið að þvinga hana?

Þetta hafði byrjað sem leikur.

Hún hafði samþykkt að vera hans og hlýða honum algjörlega í viku.

Hún viðurkenndi að hún hefði ekki verið þvinguð til að samþykkja það, en hún vissi ekki alveg hvað hún var að samþykkja.

Höndin sem strauk henni fyrir aftan hætti þegar hann byrjaði að tala og hún hlustaði með athygli á næstu spurningu hans.

„Af þessum sex stelpum hér í kvöld, segðu mér frá hverri þeirra sérstöku hæfileikum eins og þú sást þá.

Hann vissi að það voru aðeins fimm stúlkur, en honum líkaði ekki að leiðrétta hann á meðan hann var í svona viðkvæmri stöðu, svo hann byrjaði:

"Shaky er mjög hvolpur. Ég held að Cinthia sé hestur. Amy er mjög barnaleg. Anne er busty ljóshærð sprengja. Samantha henti mér, en ég held að hún sé ballerína og hreyfir sig mjög tignarlega."

Hún sneri höfðinu til að horfa vonandi á hann.

Hann sló tvisvar harkalega í rassinn á henni.

"Anne, eins og þú, litla Susy mín, er örvuð af sársauka á þann hátt sem flestir þrælar hafa ekki gaman af. Samantha, til dæmis, er alls ekki uppvakin af sársauka eða refsingu. Ánægja hennar stafar af því að gleðja meistara hans. Og hann skín í því hvernig hann þjónar, dansandi. Meistari hans fylgir lífsstíl austræna." Hönd hennar sveif aftur og hún lyfti augabrún, "og sjötta?"

Hún beit í vörina með hikandi augnaráði þegar hugur hennar flýtti sér að reyna að komast að því hvers hún hafði saknað í svari sínu.

Hún horfði á bros hans þegar hönd hans lækkaði aftur.

Hún öskraði og sagði:

„Ég skil ekki þar sem það voru aðeins fimm stúlkur."

Hann sló hana aftur þegar hún svaraði:

"Þú gleymdir mikilvægasta þrælnum mínum!" Hönd hans kom niður aftur til að koma á framfæri sínu. "Þú varst þarna, var það ekki?"

Hún sneri sér við og öskraði:

"Já, meistari, en ég er ekki sérstakur, ég hef enga sérstaka hæfileika."

Hún lækkaði höfuðið og lét tár falla.

Hjarta hans sleppti takti, hún var í raun svo saklaus og barnaleg, svo sérstök í þörf sinni fyrir að þóknast og þjóna að hún sætti sig við allar þær kröfur sem hann hafði gert til hennar og sætti sig við refsingar hans næstum fúslega.

Hún var, með sínum roða og ljúfa lund, ímynd barnalegs manns og gerði sér ekki einu sinni grein fyrir því.

Litla sæta prinsessan hans á almannafæri og sársaukafulla hóran hans í einrúmi þegar hann vildi það.

"Hef ég ekki sagt þér alla vikuna að þú sért sérstakur ? Hvað er sérstakt við löngun mína til þín og þörfina á að eiga þig? Eftir að hafa hitt nokkra af vinum mínum, heldurðu að ég myndi kynna þá fyrir þræl sem var ekki sérstakur? " Hann öskraði næstum því síðasta, sem fékk hana til að skjálfa og huga hennar hrökklaðist af ringulreið.

Susan stundi.

„Já meistari, ég meina nei meistari, ó..." öskraði hún, „ég veit ekki hvað ég á við."

Hönd hans hélt áfram niður rauða rassinn á henni og fékk hana til að stynja meira, hitinn streymdi í gegnum líkama hennar þegar hann sló hana og lét hana nudda kviðinn í kjöltu hennar þegar hún fann hörku hans vaxa og kisuna nuddast við lærið á henni.

Hún lokaði augunum andköf og stundi hátt.

Hitinn, sársaukinn og tilfinningin fyrir honum sendu krampa í gegnum líkama hennar.

Rétt þegar hún ætlaði að koma hætti hann að leggja höndina þungt á bakið á henni og hélt henni á sínum stað svo hún gat ekki hreyft sig.

"Og næsta spurning þín er..."

Hún gat ekki hugsað beint, þörf hennar fyrir að koma svo brýn að líkami hennar skalf og hún stundi.

"Hvað viltu núna sem þú þarft að biðja um litla druslu um?"

Hún fann að ákafur skömminni hylja sig þegar hún lýsti þörf sinni:

"Vinsamlegast meistari, ég þarf að koma, leyfðu mér að ásamt."

Það var í fyrsta skipti sem hann spurði hana og það var eins og lokahindrun sem hún hafði stokkið áreynslulaust.

Hann lyfti hendinni upp í hana og byrjaði aftur að lemja þéttar, kringlóttar kinnar, hönd hans skoppaði af rauða yfirborðinu þegar hún sló í læri hans og hani.

Hann vildi hana svo mikið að hann efaðist um að hann gæti beðið vikuna með að taka hana, en hann þurfti að bíða til að tryggja að hún yrði áfram.

Hún stirðnaði og gaf frá sér langt, andköf þegar höfuð hennar synti af sársauka og ánægju.

Kisan hennar dundi af bráðnauðsynlegri ásamt, sem virtist skjóta ánægjustraumum í gegnum líkama hennar eins og byssuskot þegar hún hélt áfram að koma í langan tíma.

Loks féll hún halt í kjöltu hans.

Hann tók hana upp og vöggaði hana í fanginu.

Þegar hún jafnaði sig á litlum líkama hennar skjálfandi og kúrði í fang hans.

Hann brosti.

"Lítur út fyrir að það sé ekki mikil refsing fyrir þig, litla sársaukatíkin mín. Nú spurðir þú bara spurningu, svo ég býst við að það sé komið að mér aftur."

Hún hoppaði og andvarpaði þegar hún áttaði sig á því að leikurinn væri ekki búinn og hristi höfuðið til að hreinsa hugsanir sínar.

Hann tók um höku hennar og hallaði höfðinu upp til að mæta augum hennar.

"Hvað er vika löng, Susy?"

Spurningin kom henni á óvart, hún beit á vörina og hélt að það hlyti að vera annað svar við hið augljósa, en hún gat ekki hugsað um það, svo hún hvíslaði:

"Sjö dagar".

Hann brosti þegar hann horfði á dögun skilnings á andliti hennar.

"Þú hefur staðið þig vel fyrri hluta vikunnar þinnar, litli þræll minn." Hann sagði að vera viss um að hún vissi fulla meiningu hans.

"Sjö dagar."

endurtók hún hvíslandi.

Hugur hennar reikaði til þeirra áætlana sem hún hafði gert um að vera heima hjá foreldrum sínum um helgina til að hjálpa til við afmælisveislu og hún fór að bíta á vör áhyggjufull.

Hann fylgdist vel með henni áður en hann spurði:

"Síðasta spurningin þín, Susy?"

Hún horfði á hann áhyggjufullum augum og hvíslaði:

"Ég hélt... ég meina, ég gerði ráð fyrir...umm..."

Hún horfði á andlit hans án þess að lesa neitt í augum hans til að hjálpa henni að segja honum að hún hefði gert ráð fyrir að vikan hennar yrði vinnuvika, aðeins fimm dagar, svo hún var hvött til að spyrja:

"Eiga þrælar frí um helgar?"

HEILDARUPPGJÖF

Hún fann hvernig hún hrökk við undir óbilandi augnaráði hans.

Hann virtist ekki vera í uppnámi, en þögn hans virtist fyrirsjáanleg.

Loks leit hún undan, lækkaði augun og tróð sér með hökuna enn þétt í hendinni.

"Þú samþykktir að vera minn í viku, ekki satt?"

Hugur hans fór aftur til fyrir fjórum dögum.

Voru þetta virkilega bara fjórir dagar? Svo mikið hefur gerst síðan þá.

Þau höfðu leikið sannleikann eða þorið í hléi í vinnunni, hann hafði alltaf haft svo mikinn áhuga á lífi hennar og verið svo góður við hana fyrstu vikurnar hjá fyrirtækinu, leiðbeinandi, vinur, verndandi föðurímynd.

Það var þangað til hún lét hann lemja sig og fékk vandræðalega fullnægingu meðan á þeirri reynslu stóð.

Hann hafði tekið hana sem þræl sinn og lofað að þeir myndu tala saman eftir viku.

Síðan þá hafði hún hlýtt öllum boðorðum hans og verið hrósað þegar honum þóknast og refsað þegar hann var ekki.

Viðbrögð þeirra við refsingum hennar hneyksluðu hana og urðu henni til skammar.

Viðbrögð hennar af gleði yfir því að þóknast honum yfirgnæfðu hana á þann hátt að þau yfirbuguðu skömmina, niðurlægingguna og sársaukann sem hún mátti þola.

Þol var líklega rangt orð, hugsaði hún með sjálfri sér þar sem hver refsingin hafði sent líkama hennar í ánægjulega fullnægingu.

Hún lyfti augunum, horfði aftur á hann, titrandi af því taki sem þessi maður hafði yfir henni.

Hann vissi að hún bæði þráði og óttaðist stjórn hans.

hvíslaði hún:

"Já meistari".

Hann horfði í þessi stóru, fallegu augu sem bræddu hjarta hans í hvert sinn sem hann gerði það.

Hann dýrkaði hana.

Sem fjölskylduvinur hafði hann horft á hana vaxa upp í þá fallegu ungu konu sem hún var.

Hann hafði dekrað við hana í gegnum árin með gjöfum og athygli og loks, þegar hún lauk háskólanámi, bauð henni starf hjá farsælu fyrirtæki sínu.

Að lokum, fjarri valdi ströngu foreldra sinna, hafði hann vingast við hana og orðið leiðbeinandi hennar og trúnaðarvinur.

Ef aðeins litla stúlkan hefði vitað af myrku fantasíunum sínum, hefði löngun hennar til að eignast og stjórna öllum þáttum lífs síns ekki getað náð þessari stundu algjörrar undirgefni.

Þessi tilfinning um verndandi eignarhald hafði byrjað um leið og hún hafði samþykkt að fara að vinna fyrir hann.

Ljúfa undirgefni hennar, slípuð af ströngum ráðríkum foreldrum, gerði hana enn eftirsóknarverðari fyrir hann.

Síðustu fjórir dagar höfðu verið ótrúlegir, hún hafði farið eftir því jafnvel þegar hann ýtti á takmörk hennar aftur og aftur.

Eins og skítsamur kettlingur virtist hún næstum því hlaupa í burtu stundum og þegar hann horfði á hana sá hann aftur ruglið og efann myndast í augum hennar.

Hann vissi að hann gæti ekki misst hana núna, og að velja næsta skref hans væri mikilvægt.

Hann hafði neytt hana til að vera þræll hans í þessari viku og hann vissi að hann myndi halda henni miklu lengur, með valdi ef hann þyrfti, en hann vildi að hún tæki ekki aðeins við stöðu sinni sem þræll hans, heldur bað hann um að halda henni .

Hann vissi að hún var ekki tilbúin að betla og þurfti meiri tíma.

Og afmælisveisla foreldra hans yrði hindrun, þar sem hann var ekki tilbúinn í það.

Hann hélt andlitinu beint og spurði:

"Hefurðu gert áætlanir án þess að biðja um leyfi, litli?"

Hún skalf.

"Meistari, áætlanirnar voru gerðar áður en þú tókst mig sem þræl þinn ..."

Hún beit á vörina og lækkaði augun aftur, með sektarkennd án þess að vita af hverju.

"Ó já, veisla foreldra þinna, ég verð þar líka, en þú vissir það auðvitað þegar."

„Það er gert ráð fyrir að á laugardagsmorgun aðstoði ég við undirbúninginn og að næsta dag verði ég áfram til að þrífa eftir veisluna."

Hún tuðaði næstum því þegar hún sagði það vitandi að hún myndi bregðast einhverjum á hvorn veginn sem er, sem aftur sveik hana sjálf.

"Ég skil, ég skil vel áhyggjur þínar, en þú ert þræll minn og þú munt gera eins og ég bið um. Ég mun íhuga áætlanir þínar um helgina og láta þig vita hvað ég ákveð á morgun. Hafðu engar áhyggjur litla. Susy, þú verður að treysta mér og hlýða." , það eru einu áhyggjurnar sem þú þarft að hafa þessa vikuna."

Magi hennar snerist við tilhugsunina um að óhlýðnast foreldrum sínum.

Jafnvel þegar hún var þegar ung kona og fullorðinn einstaklingur sem bjó ein og vann í borginni, gátu þeir látið henni líða eins og óþekkri og óhlýðni stelpu með bara augnaráði eða andvarpi.

Ég hataði að valda þeim vonbrigðum.

Hann fylgdist vel með svipmiklu andliti hennar, tilfinningar léku yfir honum og sýndu ótta og kvíða.

Hann hafði einn dag enn hér í vinnunni til að treysta eign sína í huganum.

Hann hallaði sér niður og kyssti hana djúpt áður en hann tók hana upp og gekk inn í svefnherbergið.

Hann talaði hljóðlega, en með strangan tón í röddinni:

"Þú verður að treysta mér, án nokkurs vafa, til að sjá um þig, Susy mín. Þú ert ekki að sýna trú þína á mér, með því að vera svona kvíðin fyrir helgina og það veldur mér vonbrigðum."

Hann lagði hana með andlitið niður á bólstraða bekkinn í svefnherberginu.

Hún man eftir ótryggri stöðu sem hún hafði tekið sér frá fyrr um daginn og teygði sig til að grípa í mjúka leðrið á hliðum hennar.

Hann talaði lágt um leið og hann færði sig til hliðar hennar.

"Og hvað gerist þegar þú veldur mér vonbrigðum litla stelpa?"

Hún skalf aðeins þegar hún svaraði:

"Mér verður refsað, meistari."

Hún fann hvernig litla pilsið, sem hann hafði klætt hana með, hækkaði aðeins.

Hann strauk um læri hennar og kálfa þegar hendur hans drógust niður sokkaklæddu fætur hennar , sem fékk hana til að pirra sig af ánægju.

Hann dró pilsið hennar til hliðar, byrjaði að strjúka um ökkla hennar og vafði þá með ólum úr sama mjúka leðri frá bekknum.

Hann dró þá vinstri á breidd og festi hann við fótlegginn á bekknum.

Hann færði sig yfir á hina hliðina um leið og hann hélt áfram:

„Mig langar til að segja að ég myndi ekki vilja þurfa að refsa þér," gerði hún hlé á meðan hún spennti annan ökklann með því að dreifa fótunum vítt í sundur, „en það væri ekki satt.

Það hélt áfram hringnum í kringum hana þegar hún hallaði sér inn í breiðan geislann.

"Þú ert fallegur, þræll minn, en aldrei eftirsóknarverðari en þegar ég sé merki mín á húðinni þinni."

Hann sló fast á botninn á henni og hún fann að hönd hans prentaði litinn og hitaði aftur bleika botninn sinn.

„Þú hefur átt langan dag fullan af nýjum upplifunum og þú hlýtur að vera þreyttur"

Hann strauk rassinn á henni með nýmerktri hendi sinni þegar hann talaði og yfir blauta kútinn áður en hann sló rassinn á henni aftur.

Þurrkaði blauta fingur af kisunni á kinninni og hélt áfram:

"Ég hef ekki bundið þig áður, en það verður ekki í síðasta skiptið sem ég bind þig, litla kelling."

Hún fann hroll fara upp á hrygg hennar við orð hans.

Hann talaði lágt, næstum syngjandi, um leið og hann strauk og strauk um úlnliði hennar og dró hana upp á bekkinn.

Hann færði sig fyrir aftan hana og þrýsti mjöðmunum að rauða botninum á henni og byrjaði að hreyfa sig svo hún fann harðan hanann hans festast í buxunum hennar.

Hún byrjaði síðan að leysa korsettið hægt og rólega.

Hún fann sjálfa sig velta mjöðmunum á milli bekkjarins og nára hans, hugur hennar lifandi með myndum af hananum sem hún þráði að sjá.

Þegar korsettið losnaði lét hann hendurnar reika um bakið á henni nánast í nuddi um leið og hann þrýsti mjöðmunum að henni.

Hönd hans rann undir hana, lyfti henni örlítið, sem varð til þess að böndin hertust þegar hann sleppti korsettinu og steig frá henni.

Þá var hún farin að anda nakin og bundin, mjaðmirnar spenntar af örvun.

Hann brosti.

"Þú ert svo heit drusla og þú ert mín."

Hún fann að eitthvað teygjanlegt var bundið um lærin á henni og velti því fyrir sér hvaða nýja refsingu væri í vændum.

Hann dró teygjuna upp yfir lærin á henni þar til hún fann kalda harða plastið hjúfra sig að kisunni hennar, þrýsti henni að varirnar, svo talaði hún loksins aftur.

"Þetta er eitt af leikföngunum sem ég á handa litla óþekka þrælnum mínum ."

Hann renndi höndunum yfir botninn og bakið á henni og færði sig til að standa fyrir framan hana.

Hann hélt á lítilli fjarstýringu svo hún gæti séð, smellti einu sinni á hana og suð hófst á milli fóta hennar sem strjúkaði við snípinn hennar sem olli því að augu hennar stækkuðu og lítið öskur slapp út úr vörum hennar.

Hún lokaði augunum þegar suðið flæddi yfir skilningarvit hennar og fékk hugann til að spóla.

Hann setti fjarstýringuna í hönd hennar og varaði hana við:

„Ekki sleppa þessu, annars verður refsingin harðari."

Þegar hann sagði þetta, teygði hann sig á eftir honum og tók fram langan hlut sem líktist beltislykkju hans.

"Þetta er ný svipa sem Barry gaf mér í dag. Hann trúir því að engin stúlka sé hægt að þjálfa rétt án þess." Hann bar það upp að augum hennar og hún sá að það var úr vínrauðu leðri. "Á morgun þarftu að senda honum tölvupóst og þakka honum fyrir svona hugulsama gjöf."

Hún andaði líkama sínum skjálfandi og stundi:

"Já meistari".

Augu hennar féllu frá svipunni og hún sá bunguna á hananum hans í buxunum og fann hvernig kisan krampaði af hita og þörf.

"Uhh." Hún hugsaði: "Hvernig myndi það vera að vera helvíti af honum? Að finna styrk hans og kraft innra með sér."

Hún vissi að það að spyrja hana væri að viðurkenna að hún væri í raun og veru hóra, hóran hennar.

Hann beit á vörina og lokaði augunum.

Snípurinn hennar var harður og dundi á móti suð leikfangsins og hún lét hrífast af tilfinningunni.

Hann færði sig á eftir henni þegar hún lokaði augunum og svipan brast á botninn á henni.

Stingandi bitið skaut sársauka inn í þegar roðaða húð hennar, augu hennar stækkuðu þegar hún kveinkaði sér og kipptist við aðhaldi hennar.

"Já, ljúfi þræll, syngdu fyrir meistara þinn."

Svipurinn beit aftur í botninn á henni og hún fann hvernig augu hennar fylltust tárum þegar hún grét og hristist af sársauka.

Hann vafði hendi um hestahalann hennar og kippti höfðinu aftur á bak, steig fram til að horfa á kisu hennar hlýja sér við suð leikfangsins þegar svipan ýtti henni á beru bakið og lét hana stynja fyrir honum.

Gápandi eftir andanum og blikkandi tár niður kinnina, mjaðmir hennar hreyfðust í takt við leikfangið og refsinguna.

Hann hallaði sér fram og urraði í eyra hennar.

"Hver er eigandi þinn, þræll?"

"Kennarinn þinn". hún andaði.

"Og hverjum hlýðir þú alltaf, þræll MINN."

"Til þín, Maestroooo ."

Hann tók skref til baka og sló aftur aftan hana og spurði hærra:

"Og hverjum munt þú treysta til að vernda og sjá um þig, Susy MÍN?"

"Á þig, meistari." Hún öskraði: "Á þig!"

Hann setti svipuna í lausa hönd hennar og lét hana vefja fingurna um handfangið.

Hann áminnti hana aftur um að sleppa einhverju og greip í rassinn á henni með báðum höndum sem kreistu heitar kinnar hennar og lét hana stynja aftur.

Hann breiddi rassinn hennar í sundur um leið og hann greip í þá, og sá vöðvana í þéttu rassgatinu hennar kreppa þegar leikfangið lék sér að snípinum hennar.

"Þú ert mjög þurfandi stúlka, en þú kemur ekki án míns leyfis, litla drulla."

Hann horfði á þegar allir vöðvar hennar spenntust við orð hans, hrukkað endaþarmsopið hennar tróðst.

Hún fann spennuna í hananum við buxurnar hans og vissi að hún gæti ekki haldið henni lengur.

Hann gaf eftir losta sinni, sleppti rassinum á henni og steig fram fyrir hana.

Hún horfði upp á hann, tárvott andlitið var geigvænlegt og stynndi í neyð.

Hann losaði beltið sitt og hneppti buxurnar niður, missti þær fljótt og lét hanann hoppa og hnykla fyrir opnum munni hennar.

Augu hennar, sem límd voru við hann, voru gljáð af örvun þegar hún skildi varirnar sjálfkrafa í sundur og hann vafði hönd sinni um hestahalann hennar einu sinni enn.

Haninn sem hún hafði ímyndað sér næstum að dansa fyrir augum hennar virtist jafnvel stærri en hana hafði dreymt.

Hann andaði og gat ekki tekið augun af fjólubláa hausnum hananum.

Munnur hennar opnaði víðar þegar hún andvarpaði og andvarpaði af hita og neyð.

Hann tók hana í hestahalann og dró höfuð hennar aftur á bak svo hún gæti horft í augu hans.

"Hingað til höfum við einbeitt okkur að því að þjálfa þig sem þræl minn og veita þér ánægju, nú er komið að mér að njóta þín."

Tárin í augunum og sársauka stynið gerðu hann enn erfiðari og hún notaði hestahalann sinn til að leiða munninn að hananum hans.

Hann horfði á þegar varir hennar skildu sig og tungan hennar renndi út í hring um höfuðið á henni þegar hún gaf munni hans inn í hanann hans.

Hann stynjaði þegar varir hennar lokuðust um höfuðið á honum og hún fletti tungunni í kringum hann áður en hún sýgði í byrjun hani hans.

Aldrei áður hafði hún fundið til eins hjálparvana.

Þrátt fyrir höndina í hárinu og þéttinguna í böndunum náði hún að koma hálsinum nær skaftinu.

Þegar hann gaf henni að borða, renndi hani hans hægt yfir tungu hennar þegar hún sleikti og flögraði um höfuðið á hananum áður en hún lokaði munninum yfir honum með varirnar í kringum hann.

Höfuð meðlims hans hreiðraði sig við tungu hennar og hún saug og naut þess að finna fyrir heitum, bólgnum bolnum.

Líkami hennar skalf þegar titrandi leikfangið hélt áfram að leika sér með snípinn.

Hún var svo blaut að hún fann að safinn rann niður lærin á henni.

Hún leit.

Lítill líkami hennar bundinn af vilja hennar, kringlóttur rassinn merktur og titrandi í neyð þegar leikfangið vann á snípinn án afláts.

"Þú ert alinn upp fyrir þetta. Að vera notaður á þennan hátt af einhverjum sem hefur vald til að halda þér uppi."

Hún stundi aftur og hann ýtti meira af hananum sínum inn í munninn á henni og fyllti hana þar til hún gleypti hann heilan.

Hann greip fastar um hárið, horfði í gljáandi augun á henni og byrjaði að dæla inn og út um munninn, sem fékk hana til að anda og hósta til skiptis, slefa allt í kringum hana á meðan hún hélt munninum opnum sér til ánægju.

Hann hafði verið að hugsa um þetta undanfarna daga og hafði ekki viljað ríða henni fyrr en hún var alveg hans.

En nú gaf hann girnd sinni frjálsan taum þar sem hann þurfti að beita henni af krafti.

Hann hrifsaði svipuna úr hendinni á henni og skellti henni í mjóbakið og rassinn og fékk hana til að gaspra um hanann á honum.

Háls hennar titraði og þrýsti henni til að þvinga hanann niður í grenjandi hálsinn á henni.

"Gleyptu allri tíkinni hennar."

Hann gat séð hana spennta og stynja þegar hún kyngdi og kafnaði fast áður en hún dró hanann aftur að vörum hennar.

Hugur hennar hrökklaðist um leið og sársauki reifst í gegnum botninn á henni og fékk hana til að gráta og anda við sterka dælingu hans.

Ömur hennar var deyfð af hananum í munni hennar, hún var svo æst þegar hann barði rassinn á henni með svipunni og lét hana halda áfram að gleypa hanann hans og rak hann dýpra.

Það skar af loftinu í munninum á henni þegar hún fann að kúlur hans svignuðu af höku hennar.

Hún kyngdi, augun stór og tárvot.

Þegar hann dró sig aðeins í burtu, andaðist hún eftir lofti og stynndi hátt og stórir slefastrengir féllu af höku hennar.

Enn einu sinni sló hann svipuna á hana og gaf annað djúpt högg.

Henni brá og gleypti þegar hann greip hana með hendurnar á hálsi hennar.

Hún hnykkti og þrýsti í böndin, hugurinn logaði af sársauka og ástríðu, fann smá krampa í kisunni sinni og vissi að hún ætlaði að koma.

Hann horfði á hana þegar hann horfði á hana hreyfa sig í átt að hápunkti, líkama hennar bundinn og upp á miskunn hans.

Hann þurfti þessa stelpu, þessa druslu, þrælinn sinn.

Hann fann að punginn herðist og hann stundi.

"Þú getur bara ásamt þegar ég geri litla tíkina mína."

Hann dró hanann út úr munninum á henni og dró hana í hárið hallaði höfði hennar upp um leið og hann setti hanann á kinn hennar og dinglaði kúlunum í opinn munn hennar.

Hann sjúgaði og velti tungunni, stundi hátt um leið og heitur harður haninn hans strauk um kinnina á honum með eigin munnvatni.

Þar sem hann stakk eins miklu af kúlupokanum sínum inn í munninn og hann gat.

Tungan hans vann hörðum höndum á punginn, þar sem verkurinn í rassinum og suðið í snípnum keyrði hana til nýrra hæða girndar og neyðar.

Hann smellti svipunni aftur yfir rassinn á henni og ýtti hananum aftur inn í munninn á henni og þrýsti nefinu djúpt að maganum á henni meðan hún kýldi hávær.

Spenntur líkami hennar teygðist á milli böndanna sem héldu henni þegar andköf hennar hringdi og titraði í hananum.

Svipan stakk hana aftur og hann, fullur æstur, urraði skyndilega: "Ég er kominn."

Hún var að gaspra af kvíða, munninn opinn og hann fyllti munninn og andlitið af sæði sínu.

Hún var þegar farin að öskra með yfirvofandi fullnægingu, líkami hennar skalf og skalf þegar þykkir sæðisstrengir spruttu yfir fallega svip hennar.

Hann hallaði sér fram og setti síðustu sæðissprauturnar á tungu hennar.

Líkami hennar snérist og veltist þegar hún þvingaði sig upp að böndum sínum í örvæntingu eftir lofti.

Hún hafði reynt að halda aftur af þörf sinni fyrir að koma, en hún fann að hún var þegar farin að aukast óbætanlega, þó vald hans og stjórn yfir henni væri alger í þessari stöðu.

Áfallið af orðum hans „ég kem“ og fyrsti slímugi strengurinn af ásamt hans sem sló í munninn á henni losaði allt aðhald hennar og hún öskraði.

Algjört stjórnleysi, sársauki, suðið í snípinum og gróf notkun munnsins ýttu henni hærra og hún spratt upp sprota og stuð úr gapandi kútnum sínum.

Hún var svo hneyksluð á því sem hún hafði fundið, að hápunktsbylgjur héldu áfram að stíga í gegnum líkama hennar í það sem virtist vera lengsti tími sem hún hafði eytt í fullnægingu.

Næstum ómeðvitað saug hún og sleikti hanann hans þegar hann þrýsti sér aftur á milli varanna hennar.

Henni fannst eins og hún væri að svífa augun, starði tómlega á hann þegar hún hristist og skalf undir honum.

Hægt og rólega dró hann sig frá vörum hennar og horfði á hvernig hún svíf af ánægju af endorfíninu sem streymdi í gegnum lítinn líkama hennar.

Hann slökkti varlega á leikfanginu og leysti titrandi form þess, tók hana upp og bar dýrmætu stúlkuna að rúminu.

Hann lagði hana niður, færði sig til hliðar og hélt henni, burstaði þykka, þykka ásamtstrauma úr andliti hennar og gaf henni þá þegar hún sneri hægt aftur til hans.

Augu hennar skýrðust þegar hún horfði á hann þegar hann saug á fingri hennar með sæðisleifum.

"Þú ert örmagna fallegi þrællinn minn, þú getur sofið núna, en þakkaðu fyrst meistara þínum fyrir að nota þig eins og góðan þræl sem þú ert."

Hann talaði hljóðlega um leið og hann gaf henni annan ásamtfylltan fingur.

Klumpur reis upp í hálsinn á henni þegar hún hvíslaði:

„Takk, kennari".

Hún sá hann brosa til sín og vissi að hann var ánægður.

Hjartað hrökk í brjósti hennar og hún brosti aftur til hans.

Alltaf undrandi á því hvernig henni leið í hvert sinn sem hann hrósaði henni, eins og hún hefði unnið hörð verðlaun.

Hönd hans strauk um líkama hennar og hún hrökk við þegar hönd hans strauk yfir rauðan botn hennar.

"Ég var harður við þig litla stelpan, en þú verður að læra að treysta því að ég viti hvað er best fyrir þig og hlýðir mér."

Hún heyrði rödd hans og fannst vanmáttarkennd undir stjórn hans, jafnvel án höftanna.

Hún kinkaði kolli.

"Já meistari".

"Þetta hefur verið langur dagur, þræll litli, og þú hefur staðið þig vel. Þú sefur hér í nótt svo ég geti séð um þig." Hönd hans strauk hárið á henni, burstaði það aftur úr andliti hennar sem var hulið ásamt. "Þú ert svo falleg, Susy MÍN. Sofðu núna, í dag hefur þú gert meistara þinn stoltan."

Hún grenjaði næstum af hamingju þegar hún lokaði augunum hlýðnislega og slakaði á undir mjúkum strjúkum hans og hvíslaði,

„Takk, kennari".

Hún hjúfraði sig í fangið á honum, marinn rauði rassinn sendir frá sér sársauka við hverja hreyfingu, hún velti því fyrir sér hvernig hún komst á þennan stað og sætti sig við erótíska sársaukann og ánægjuna sem hann veitti henni.

Ef einhver hefði sagt henni að hún myndi njóta þess að verða fyrir barðinu á reiðuppskeru hefði hún haldið að þeir væru brjálaðir, en það var áður en þessi vika hófst.

Hún sofnaði og velti því fyrir sér hvernig hún komst hingað, hvort þessi vika myndi einhvern tímann enda og hvort hún vildi það.

UNDIRBÚNINGUR

Hann vaknaði hægt í dimmu herbergi og gretti sig um leið og hann hreyfði sig stynjandi mjúklega.

Rassinn hennar hafði fengið svo mikla refsingu í þessari viku að hún hélt að það myndi aldrei verða eins aftur.

Eins og það væri merki um að hún hafi vaknað, faðmaði meistari hennar hana fastar.

„Ég var að fara að vekja þig litli, það er næstum því kominn tími til að byrja daginn hérna.

Hann dró lakið til baka og horfði á nakta mynd hennar með sérstakan glampa í augunum.

Hann snerti og strauk líkama hennar og brosti þegar hún byrjaði að snerta hann aftur.

"Farðu í snögga sturtu áður en ég ákveð hvort ég eigi að hafa þig hérna allan daginn."

Hann klappaði henni létt á botninn og naut stynsins sem slapp út varir hennar.

"Ég skal velja eitthvað fyrir þig til að klæðast, mest af því sem Anne keypti sem þú ert hér."

Hún hrökk við og stundi þegar hún settist upp.

Hún sveiflaði fótunum hratt fram úr rúminu í stað þess að sitja á marin rassinum.

Hún sneri sér til baka eins og hún væri til að sjá ummerkin, en þegar hún heyrði meistarann hreinsa sig, leit hún upp til hans.

— Komdu, litli.

Tónn hans fékk hana til að hoppa nakin og hlaupa út úr herberginu og fljúga yfir tóma skrifstofuna.

Hann brosti og fór að skápnum til að velja mjúkan ullarjakka og næstum gegnsæja blússu sem hann skildi eftir á rúminu.

Hún valdi líka læriháa sokka og hæla til að passa við búninginn.

Hann gekk sáttur að skrifborðinu sínu.

***

Baðherbergið var örlítið rakt og hann áttaði sig á því að hún hafði sofið á meðan hann fór í sturtu.

Hún hreinsaði spegilinn og horfði á sjálfa sig í gegnum hann.

Hárið hennar var svo sóðalegt að það batt í hnút þegar hún renndi fingrunum í gegnum það og burstaði það úr andlitinu.

Andlit hans hafði enn litlar perlur af þurrkuðu sæði og geirvörtur hans voru þankar af keðjunni, sem enn prýddi þær, en lauslega.

Hann tók keðjuna af, hélt á henni og hlustaði á bjöllurnar sem hringja og starði á það sem leit út eins og viðkvæm og dýr keðja.

Hann sneri sér frá speglinum og steig inn í litlu sturtuna til að þrífa líkama sinn vandlega og leyfði heita vatninu að úða marin rassinum á honum til að róa sig.

Hún steig út úr sturtunni og þurrkaði sig vel á risastóru dúnmjúku handklæðunum.

Vafði sig inn í þau þegar hún þurrkaði og greiddi hárið og setti á sig förðun.

Loksins, þegar hún var búin, brosti hún að spegilmynd sinni í speglinum.

Þetta var stúlkan sem þekkti ekki drusluna með andlitið hulið ásamt og hafði farið inn á klósettið.

Handklæði fjarlægð.

Og þegar hún sneri sér við tók hún eftir því að geirvörtukeðjan var enn í þvotti.

ekki að rassinn á henni fengi meiri athygli í morgun og hengdi hann aftur upp við geirvörturnar.

Hann fór út á skrifstofuna með kulda af kulda svo hann fór að ná fjarlægðinni sem skildi hann frá herberginu eins fljótt og auðið var, en hann stoppaði í miðju skrefi þegar hann heyrði rödd sína.

"Susy, komdu hingað."

Hann horfði á þegar hún stoppaði og sneri sér að honum, færði hendurnar niður til að hylja nektina, svo á bak við hana eins og hann mundi allt í einu eftir þjálfun hennar.

Hann brosti þegar hún kraup við fætur hans og lagði höku hans í hönd hennar til að halla andliti hennar upp að hans.

"Góð stelpa, núna í kjöltu mér."

Hann sá augu hennar stækka af undrun yfir því að það sem hún hafði gert forðast að vera refsað og hann brosti blíðlega og leiðbeindi henni í kjöltu sér.

Hún teygði sig í könnu á skrifborðinu sínu og nuddaði róandi aloe í ummerkin sem hún hafði skilið eftir daginn áður og sagði:

"Þetta snýst ekki allt um refsingu, þræll litli."

Hún andvarpaði og slakaði á lærunum.

Hann strauk varlega og nuddaði botninn á henni.

Frá svalandi, róandi aloe á húðinni fann hún sjálfa sig grenjandi eins og kettlingur þegar hann strauk mjóbakið á henni upp á lærin og lét mjaðmir hennar rúlla með hreyfingum hans.

Svo klappaði hann því og lyfti því upp til að horfa í augu hennar.

"Þú ert mjög þurfandi litla drusla mín, en við höfum ekki tíma til að þjálfa þig lengur í fyrramálið, farðu að klæða þig. Ég er búinn að leggja út fötin sem ég vil að þú klæðist."

Undrandi kinkaði hún kolli.

"Já meistari".

Hann stóð upp og gekk hratt í átt að svefnherberginu.

Það var ekki fyrr en hún settist upp og dró sokkafótinn upp um lærið að hún áttaði sig á því hversu blaut kisan hennar var eftir nuddið sem hann hafði gefið henni.

Ó, guð, hugsaði hún, ég er tíkin sem hann kallar mig, svo þurfandi og blautur.

Tilhugsunin virtist gera henni heitari og hún fann krampa innra með sér við tilhugsunina um að koma aftur.

Hún hristi höfuðið vitandi að hann væri að bíða og greip hinn sokkinn upp fótinn á henni áður en hún stóð upp og skipti í flýti yfir í mjúka ullarbúninginn sem hann hafði skilið eftir hana.

Hún sneri sér við til að líta í spegil, athugaði enn og aftur hvernig jakkafötin passaði henni eins og hanski og var hannaður til að varpa ljósi á lítinn ramma hennar.

Næstum hálfgagnsær blússan virtist strjúka um kringlótt brjóst hennar á meðan hlekkjaðar geirvörtur þrýstust fram eftir athygli.

Hún sneri aftur þangað sem hann kraup við fætur hans á meðan hann talaði í síma.

Skór hans færðist á milli læra hennar til að dreifa þeim lengra, sem varð til þess að pilsið hjólaði hærra upp á lærin hennar og afhjúpaði blauta rifuna á þurfandi kútnum hennar.

Hún roðnaði og lækkaði augun.

Þegar hann var búinn með kallið sitt sneri hann sér að henni.

„Ég verð að vera frá skrifstofunni í dag, ég hef sent þér tölvupóst með lista yfir verkefni sem þú þarft að klára í dag."

Hann horfði á hana þegar hún horfði á hann, kinkaði aðeins kolli, beið eftir því að hann héldi áfram, en beið eftir að heyra hana kalla hann meistara.

"Já herra." Hún svaraði um leið og þögn hennar lengdist: "Ætlarðu að vera farinn í dag?"

„Já, mestan hluta dagsins, hef ég skilið eftir leiðbeiningar fyrir þig og ég býst við að þú vinnur eins og ég væri hér að fylgjast með þér.

Fóturinn hans þrýsti sér á milli læra hennar, snerti blautu raufina og hann horfði niður með lyfta augabrún.

"Litli refurinn minn er mjög blautur."

Hann hallaði sér að henni og kyssti hana djúpt áður en hann hvíslaði:

"Hvers ert þú, Susy, hver ert þú og þessi heiti hvolpur á milli fótanna á þér?"

Hann þrýsti skónum sínum harðar að fellingum hennar þegar hann hallaði sér inn til að horfa á djúpan kinnalit hennar.

hvíslaði hún:

"Frá þér, meistari minn."

Hann þrýsti og nuddaði tánni á skónum sínum að henni, spurði hann aftur.

"Hver á þig, þræll? Hver gerir þig að svona þurfandi stúlku"

Mjaðmir hennar rugguðust þegar skórnir stríddu henni og andartakið varð í buxunum þegar hún svaraði.

"Meistari, þú gerðir þessa stúlku að þræl þinni, hórunni þinni."

Andlit hennar brann af roða við orð hennar sjálfra.

Hann gat ekki staðist ljúffengu stúlkuna á undan sér og rétti fram höndina til að klípa fast í geirvörtuna hennar þegar hún hreyfði sig á skónum hans.

Hann urraði lágt nálægt andliti hennar.

"Já. Þú ert minn. Ég á þig minn dýrmæta fjársjóð. Minn til að veita þér ánægju, minn til að valda þér sársauka, minn til að nota eins og ég kýs."

Hann sá lítinn líkama hennar spenntan og augun glitra þegar hún sneri á geirvörtunni og þvingaði skóinn harðlega upp að snípnum á meðan mjaðmir hennar rugguðust.

„Komdu, þræll, litla þræll minn, komdu eftir húsbónda þínum.

Orð hans urðu til þess að hugur hennar hrökklaðist og þörfin og hitinn jukust í líkama hennar.

Hann hafði haldið henni kvíðin og blautri í fjóra daga, og þegar hún kraup við fætur hans, bankaði á skóinn hans, vissi hann að hún var orðin hóra fyrir honum.

Það hristi hjarta hennar, en hún gat ekki hjálpað þeim tilfinningum sem hann vakti hjá henni.

Þörfin fyrir að þóknast honum og hlýða varð til þess að hún vildi að hann notaði hana.

Hún beygði sig upp og heyrði sterk orð hans í eyra hennar þegar hún skalf og skellti sér í skóinn hennar.

Hann hélt henni uppréttri í geirvörtunum og spurði hljóðlega:

"Hvað segirðu, kelling?"

"Takk, kennari."

Hann leyfði henni að koma, lét hana nudda sig og hann hreyfa fótinn.

"Þú lærir svo fljótt þræll minn að ég er ánægður. Hreinsaðu nú sóðaskapinn þinn af skónum mínum."

Hún man eftir því þegar hann bað hana síðast um að þrífa skóinn sinn, hún hallaði sér niður og sleikti slímhúðað leðrið.

Hann horfði á þræl sinn og undraðist hlýðni hennar.

Þjálfun hans hafði gengið betur en hann hefði getað spáð.

Í dag vonaði hann að hún myndi átta sig á því að hún þyrfti hann sem meistara sinn eins mikið og hann vildi eignast og halda henni.

Hann brosti þegar hún kraup niður og horfði upp á hann, með maskara niður kinnina.

"Hreinsaðu upp sóðaskapinn á skrifborðinu seinna. Ég þarf að gera nokkra hluti áður en ég fer."

Hún sneri aftur að skrifborðinu sínu og tölvuskjánum og vísaði henni frá.

***

Hún stóð upp og gekk óstöðug fram á baðherbergi til að þrífa sig og laga förðun og hár.

Síðan fór hann að borðinu sínu til að fara yfir verkefnin sem hann hafði sent honum.

Hún settist varlega niður, þakklát fyrir mjúku samfestinguna og bólstraða stólinn, og kveikti á tölvunni sinni.

Þegar dagurinn tók að lifna við, kom hann út af skrifstofu sinni til að standa fyrir aftan hana, strauk hendi yfir öxl hennar til að kúra brjóst hennar og krafðist mjúklega:

"Þú ferð ekki fyrr en ég kem aftur ljúfur þræll, ég vona að þú sért hér að bíða eftir mér."

Hann klípaði um geirvörtuna sem hann hafði verið að strjúka og lét hana stynja mjúklega.

"Vertu góður þræll, ég sé þig þegar ég kem aftur."

Þar með hallaði hann andliti sínu að hennar og kyssti hana mjúklega en djúpt áður en hann fór að lyftunni og fór.

Hann heyrði lyftuna lokast og fann fyrir missi.

Hún hafði varla verið í burtu frá honum ef svo má að orði komast í fjóra daga svo henni fannst hún óvænt einmana.

Lyftan hrökk aftur og hún stóð upp til að heilsa honum, en sá eldhússtarfsfólkið og ræstingafólkið koma inn á skrifstofuna.

Þeir útskýrðu að þeir hafi verið beðnir um að færa honum morgunmat og þrífa svítu herra Roberts í morgun, þar sem þeir gátu það ekki í gærkvöldi.

Hún var hissa.

"Hann hafði skipulagt morgunmatinn þeirra?"

Hugsanir hans streymdu um huga hans þegar þær horfðu á hana.

— Getum við komið inn núna?

Hún lét þá fylgja sér inn um dyrnar og kraup næstum niður til að skríða eins og hún hafði gert undanfarna fjóra daga.

Hún hætti í augnablikinu agndofa af eigin hreyfingum og þegar hún sá þá byrja verkefni sín sneri hún aftur að skrifborðinu sínu.

Hún var lengi týnd í eigin hugsunum þar til brosandi ung kona kom að henni með bakka.

Susan leit upp með hlátri og hreinsaði blett á skrifborðinu sínu.

Stúlkan brosti.

"Herra Robert var mjög nákvæmur um hvað hann vildi fyrir Susan SÍN og skildi eftir miða fyrir hana."

Hann lagði bakkann frá sér, brosti og sneri aftur í svítuna til að hjálpa hinum.

sólarlagslita safanum sem sérsniðna blönduna af vatnsmelónu og ástríðuávöxtum sem hún elskaði svo mikið.

Þegar hún áttaði sig á því hversu svöng hún var, tók hún sér bita, sleikti fingurna og tók miðann.

"Treystu á meistara þinn, litli, hann mun alltaf meta þig og sjá um þarfir þínar. Þú ert dýrmætasti fjársjóðurinn minn. Róbert."

Hann borðaði og fór aftur að tölvunni sinni og skoðaði verkefnalistann sem hann hafði skilið eftir handa honum.

Hún ætlaði að hitta Anne í hádegismat!

Hann brosti skært, líkaði mjög vel við ljósku og hlakkaði til að fá tækifæri til að tala við hana eina um síðustu fjóra dagana.

Hún brosti, Anne hafði verið fyrsta manneskjan sem hún hafði hitt í fyrirtækinu þegar hún kom til vinnu, áður en hún varð þræl eða jafnvel vissi að svona starfsemi væri til á skrifstofunni.

Hún hafði aldrei áttað sig á því hversu barnaleg hún var fyrr en í þessari viku, og hún vonaði að hún gæti spurt Anne nokkrar af þeim spurningum sem voru í huga hennar.

Það tók hann augnablik að einbeita sér aftur að starfinu sem var fyrir hendi.

Hún eyddi fyrsta klukkutímann í að senda þakkarpósta til meistaranna sem hún hafði hitt daginn áður vegna góðvildar þeirra við hana, með sérstakri áherslu á meistara Barry.

Hann hafði gefið henni svipuna sem meistari hennar hafði refsað henni með.

Hann var enn með marbletti af því.

Hugur hans sneri sér að hverri stúlku og hversu ánægðar þær virtust.

Hún vildi að hún hefði meiri tíma til að spyrja þau um líf þeirra sem þræla.

Starfsfólksstelpurnar komu út úr svítunni og sóttu bakkann hennar á leiðinni út.

"Við höfum skilið ísskápinn eftir eins og óskað var eftir. Viltu kíkja á föruneytið áður en við förum?"

"Ó, ég er viss um að það er allt í lagi." Hún brosti.

En eftir nýju kröfu sinni stóð hann upp og gekk inn á skrifstofuna, gekk að skrifborði meistara síns.

Hann strauk yfir yfirborð viðarskrifborðsins blíðlega og djúpt.

Skrifborð sem hún hafði hallað sér að oftar en einu sinni og hún roðnaði og leit upp til að sjá ræstingafólkið horfa á hana.

Hún flýtti sér inn í hvert herbergi til að gera lauslega skoðun, og þar sem hún sá ekki einu sinni neitt úr stað, brosti hún til þeirra.

"Mér sýnist þetta fullkomið. Þakka þér fyrir."

Hann gekk aftur að skrifborðinu sínu með þeim og settist við borðið til að halda áfram starfi sínu.

Hún heyrði lyftuna opnast og lokast og skildi hana enn eina eftir með hugsanir sínar.

Hún hélt áfram með hægum hraða hversdags á skrifstofunni, svaraði símum, skráði, pantaði tíma, hugsanir hennar fóru alltaf til meistara síns.

Hún áttaði sig á því að jafnvel í eigin hugsunum kallaði hún hann ekki lengur Robert.

Hann var kröfuharður maður, jafnvel þegar hann var lítill og svo var hún orðin fullorðin og þekkt hann sem strangan en ástríkan mann.

Hann hafði dekrað við hana þegar hann heimsótti hana, en hann áberaði hana alveg eins og faðir hans myndi gera ef hún gerði eitthvað rangt.

Hún rifjaði upp vettvang skammvinnrar uppreisnar gegn ströngum foreldrum sínum þegar hún var unglingur.

Það var í kvöldmat sem þeir kröfðust þess að hún mætti í stað þess að ætla að sofa yfir heima hjá vini sínum.

Vegna þess að hún var reið, hafði hún komið klædd í léleg föt og dökka förðun.

Móðir hennar hafði grátið af skelfingu og neitað að horfa á hana, en það sem hneykslaði hana í raun var vonsvikin heift í andliti föður hennar, nánast sú sama endurspeglast í meistara hennar.

Hún vissi að faðir hennar myndi ekki gera atriði fyrir framan gestina, en meistarinn hafði gengið að henni, gripið hana með krepptum hnefa um upphandlegg hennar og leitt hana aftur inn í herbergið sitt til að krefjast þess að hún snúi aftur til stofu Eins og sæta stelpan sem hann þekkti ekki.

Leyfðu henni að fara úr viðbjóðslegu nornafötunum sem hún leit út núna og klæða sig á viðeigandi hátt til að gera foreldra sína stolta.

Hún hafði grátið og öskrað, en hann hafði ekki sagt annað orð, dregið hana inn í sturtuna, opnað hana og kastað henni fullklæddri inn áður en hún gekk út úr herberginu.

Hann sneri aftur til þeirra um nóttina og baðst fyrirgefningar.

Faðir hennar og móðir hunsuðu hana af reiði sinni og vonbrigðum, en meistari og kona hans höfðu látið eins og ekkert hefði í skorist.

Þeir tóku á móti henni og kröfðust þess að hún fengi sér eftirrétt, þótt hún hefði alveg misst af máltíðinni.

"Konan hans!" Hann hugsaði og hugur hans fór í ólgusöm velt: "Hvað er ég að gera! Þetta er framhjáhald!"

Hún hrökk við í huganum í losti yfir því sem hún var nýbúin að átta sig á.

Síminn hringdi aftur og truflaði hugsanir hans.

Sá sem svaraði kveðju hans var áhyggjufull rödd móður hans.

„Síminn þinn er enn slökktur og þú varst ekki heima þegar ég hringdi í morgun, er allt í lagi með þig Susan?

Ó vá, hugsaði hann, gleymdi alveg að kveikja á símanum sínum í morgun.

"Allt er í lagi mamma, ég hlýt að þurfa nýja rafhlöðu í símann minn. Ég skal setja hann í hleðslu núna. Ég byrjaði snemma að vinna í morgun og hef verið svo upptekinn að ég skoðaði hann ekki."

Móðir hennar hikaði og andvarpaði verulega.

"Jæja, svo lengi sem þú ert í lagi, hefur þú verið að vinna of mikið undanfarið. Ég verð að fá pabba þinn til að tala við Robert. Ég held að hann sé að þreyta þig ef þú ert jafnvel að gleyma aumingja móður þinni. "

"Hvernig getur þessi kona látið þig finna fyrir svona sektarkennd?"

Viðhorfsbreyting til að verða refsað lítil stúlka og bað:

"Æ, mamma, ekki gera það. Mér þykir leitt hvað gerðist og það mun ekki gerast aftur, en ég er nú sjálfstæð, dugleg dóttir. Þú verður að skilja að ég hef verk að vinna. Ég er að kveikja á símanum mínum núna, allt í lagi?"

Það síðasta sem hann vildi var að faðir hans ræddi við meistarann.

"Jæja." Móðir hennar staldraði við áður en hún byrjaði á annarri taktík, "Susan, þú kemur snemma á morgun, ég mun þurfa mikla hjálp við að undirbúa hlutina, ertu búinn að skipuleggja búninginn þinn? Þarftu að pabbi þinn komi og sæki þig með allt? Og þessi strákur?" Hvað hefurðu verið að sjá kemur með þér?" Hann hafði sagt orðið drengur með fyrirlitningu og sýndi viðbjóð sinn.

Magi hennar snérist við spurningunni, hún var svo slitin á milli þess að gera rétt við foreldra sína og hlýða meistaranum að hún hikaði augnablik of lengi.

"Susan, Susan! Ertu þarna? Hvað er að? Eitthvað er að. Ég finn það!"

Susan hrökk við við tón móður sinnar.

"Nei mamma, ekkert er að, allt er í lagi. Ég er svo upptekinn hérna í vinnunni að ég missi einbeitinguna. Hafðu engar áhyggjur, ég mæti." Hún hikaði aftur, "Ég er ekki viss um hvenær ég mun geta komist í burtu. Ég held að Harry komist ekki nálægt, en ekki hafa áhyggjur. Ég hringi í pabba ef ég þarf far, allt í lagi? "

Móðir hennar andvarpaði stórkostlega á hinum enda símans og sagði:

"Jæja, það eru að minnsta kosti góðar fréttir."

Susan áttaði sig á því að móðir hennar ætlaði að fara að gera aðra nálgun, svo hún klippti hana fljótt af:

"Mamma, ég þarf að vinna mikið ef ég vil ekki þurfa að vera hérna allan daginn á morgun að klára það. Ég þarf að leggja á. Og ekki hafa miklar áhyggjur, allt verður í lagi."

Móðir hennar byrjaði aftur að tala, en Susan lét eins og einhver væri með henni, lagði höndina á símann og bað ímyndaða manneskjuna að setjast áður en hún hvíslaði,

"Ég verð að leggja á mömmu, ég sé þig á morgun. Ég elska þig."

Þegar hann lagði á, athugaði hann skilaboðin í símanum sínum.

Það voru áhyggjufull skilaboð frá foreldrum hans og eitt frá Harry.

Hann vonaði að hún njóti tímans sem hún hafði gefið sér.

Ég var að fara út með vinum í langa helgi, kannski viku, og ég ætlaði að hringja í hana í lok næstu viku til að tala.

Hann hljómaði pirraður og hún andvarpaði, að minnsta kosti með meistaranum vissi hún hvað hún vildi og hvar það var.

Hún fraus.

Var henni alveg sama hvað hann gerði?

Í bili kannski, en eftir þessa viku hver vissi...

Núna vissi hún hvað það myndi fela í sér í væntingum meistarans.

Hann tók upp símann og hringdi í númerið hennar.

Hann svaraði með brosi í röddinni og hún andvarpaði af létti...

"Halló litla Susy mín, hefurðu fylgt leiðbeiningunum mínum ennþá?"

"Já herra."

Hún sagði frá samtalinu sem hún átti við móður sína og hvernig konan hefði látið hana líða svo lítil og sektarkennd.

Hversu rifin og hrædd hún var að láta hann eða foreldra sína niður.

Hún þurfti samt að sækja búninginn sinn og hvernig hún var ekki viss um hvort hún ætlaði að keyra alla þessa leið ein eða þeir þyrftu að sækja hana.

Hún flýtti sér þegar hann hlustaði og sagði henni hvernig kærastinn hennar hefði skilið eftir stutt skilaboð til hennar um ferðina.

Hann heyrði kvíðann í rödd hennar þegar hún talaði um móður sína.

Hann sagði ekkert þar sem hún sagði honum alla söguna um að ekki væri kveikt á símanum hennar, símtalið og skilaboðin sem biðu hennar.

Loks stoppaði hún og hann svaraði harðlega:

"Þú gerðir svo vel að hringja í mig og segja mér áhyggjur þínar. Treystu mér litli minn, meistari þinn mun sjá um allt, hafa engar áhyggjur. Hringdu í búningabúðina og hættu við pöntunina þína. Ég mun velja viðeigandi búning fyrir þrælinn minn."

Hún ætlaði að fara að rífast en hætti hógvær með því að svara:

"Já meistari".

"Hvað Harry varðar þá held ég að ef þú ert heiðarlegur við sjálfan þig þá veistu að hann er ekki maðurinn fyrir þig. Hann er samt bara krakki, og frekar pirraður líka." Hún þagði og talaði alvarlega: "Treystu mér litla, allt verður í lagi. Gerðu það sem ég bað um í dag, ég kem aftur seinna."

það og lagði á, fannst hún hrædd en betri en hún hafði sagt.

Hún tók upp símann aftur og hringdi aftur til að hætta við leigu í búningabúðinni.

Hann leit á úrið sitt, hann gat ekki beðið lengur eftir hádegismat með Anne og það var enn tími.

Hann þurfti að tala við einhvern sem skildi aðstæðurnar sem hann var í.

„Enginn í núverandi vinahópi hennar myndi skilja að hún hefði samþykkt að lifa síðustu daga sem þræl.

Tilhugsunin um að segja einhverjum það fékk hana til að skjálfa.

"Þeir myndu halda að hún væri viðundur. Guð, hún var sjálf að velta því fyrir sér!"

Hann tróð sér í sætinu og fann marblettina sem höfðu komið honum í svo mikla fullnægingu.

"Það sem var að gerast hjá henni var að hún áttaði sig á því að hún gæti ekki hatað hann fyrir marbletti, refsingar og kröfur sem hann setti á hana. Að hún þráði bros hans og hrós svo mikið að hún myndi sætta sig við það og meira."

Hann skalf þegar hann vissi að líkami hans var himinlifandi yfir hverri sársaukafullu og niðurlægjandi reynslu sem hann veitti henni, sem og með þeirri blíðu umönnun sem hann veitti henni.

Hún snerti varirnar og man eftir mjúkum en djúpum kossunum hans sem lét hana finna fyrir...hún veit ekki hvað henni fannst lengur.

***

Robert lokaði símanum sínum og brosti breitt.

„Susan var farin að gefa honum þá stjórn sem hann vildi yfir lífi sínu, ekki bara líkama hans."

Hann hélt áfram með áætlanir sínar, hann var búinn að velja búning á hana fyrir tveimur dögum þegar Anne hafði tekið mælingar hennar.

Hún hafði rætt við hönnuð og látið setja það saman áður en hún samþykkti það fyrir sig.

Í huga hans sá hann hana bera það, líkama hennar fullkomlega hápunktur og andlit hennar innrammað.

Hann færði sig óþægilega um leið og hann ók.

Löngun hans til að vera með henni og kvelja hana stöðugt hafði ekki minnkað undanfarna fjóra daga.

Hann vildi eitthvað meira frá henni, en í dag þurfti hann að sjá ákveðna hluti sem ætlaðir voru henni sem hann vildi ekki skilja eftir lengur.

Hún yfirgaf hraðbrautina og tók hægari veg í átt að fjallabænum sem var áfangastaður þeirra, ýtti á hnappinn á handfrjálsu búnaðinum og hringdi í föður Susan.

Caty frá undrun, en ég heyrði að þú værir að gefa Susan erfitt í síma." , fyrir að segja henni að hún þyrfti á hjálp hennar að halda þegar hún yfirgaf skrifstofuna. Hún virðist vera svolítið stressuð yfir þessu öllu."

Páll hló.

„Það væri vægt til orða tekið, Caty ætti að vita betur hvernig pirringur Susan í vinnunni er.

"Nei, nei, ekki hafa áhyggjur af því að hún hringi í Susan í vinnunni. Allt er í lagi. Og ég er viss um að hún verður betri þegar þú kemur henni á óvart á morgun. Hún verður svo upptekin við að snyrta fólk, ég var að spá í ef hún gerði það ekki "Væri þér sama ef ég kæmi með Susan síðdegis. Í stað þess að láta hana keyra alla þessa leið sjálf eða trufla undirbúning fyrir þig að koma og sækja hana."

„Jæja," hugsaði Páll um, „það væri mér þungbært að þurfa ekki að hugsa um að keyra einn. Og strákurinn sem henni líkar kemur ekki?"

Robert hnussaði án þess að fela viðbjóð sinn á kærasta Susan.

„Ég held að hún sé ekki mikið til hans núna, sem er gott ef þú spyrð mig."

Páll var hjartanlega sammála:

„Jú Robert, það væri frábært ef þú færð Susan nær. Ekki hafa áhyggjur af Caty , ég skal útskýra fyrir henni að þetta sé fyrir bestu og að hún muni fá alla þá hjálp sem hún þarf þar til Susan kemur síðdegis. "

"Ef allt annað mistekst, hringdu í konuna mína til að fá hjálp, hún er nálægt þér." Robert hló.

"Ég get ekki skilið hvers vegna þið skiljið ekki, þið hafið ekki búið saman í mörg ár. Finndu einhvern til að taka þig út úr þeim félagsskap af og til."

"Það virtist auðveldara að búa í sundur en að ganga í gegnum allt þetta vesen, ég og Carla erum eftir allt saman vinkonur, en þú hefur líklega rétt fyrir þér. Alltaf lögfræðingurinn, ertu að leita að meiri viðskiptum?" Hann hló aftur.

"Ó já auðvitað". Paul svaraði stuttlega. "Allt í lagi, ég sé þig á morgun, takk fyrir allt. Segðu Susan að hafa ekki áhyggjur, ég skal tala við Caty .

Þau kvöddu og hann skrifaði það hugarfarslega á listann sinn þegar hann gekk inn í innkeyrsluna á litlum kofa og brosti.

Hann gekk inn í tískuverslunina.

Hann elskaði þennan stað, svo saklausan við fyrstu sýn, en hann var vel þekktur meðal vina sinna fyrir fetish föt og leðurvörur.

Stúlka kom að honum.

"Meistari Róbert?" hún hallaði höfðinu og hann kinkaði kolli lítillega. "Konan er í burtu, ég er hræddur um, en ég er með búninginn þinn tilbúinn."

Hún fylgdi stúlkunni inn í annað herbergi, brosandi þegar hún horfði á Susan-stærð mannequin, vafin inn í búninginn sem hún hafði ímyndað sér, hann var fullkominn.

"Geymdu það fyrir mig, ég tek það með mér núna."

Hann hringdi í Susan á meðan hann beið og brosti þegar hún svaraði í símann.

"Halló litli þræll. Ertu að vinna hörðum höndum fyrir meistara þinn?"

"Ó já meistari, auðvitað." Hún svaraði fljótt.

"Ég hef talað við föður þinn." Hann heyrði hana anda, svo hún flýtti sér að segja: "Ég hringdi í hann og lét hann vita að ég færi með þig síðdegis á morgun." Í hugsunum hennar gat hann næstum séð áhyggjufullt andlit hennar og varir hennar bíta meðan hún þagði. "Faðir þinn mun slétta málin með móður þinni, ekki hafa áhyggjur."

Hikandi svaraði hún:

"Já, meistari. Þakka þér fyrir meistari."

"Góð stelpa. Ég og pabbi þinn höfum útvegað smá hjálp til að koma á óvart fyrir móður þína, svo slakaðu á, meistari litli þræll þinn mun sjá um þig. Treystu mér."

Hún var agndofa og gat ekki annað en að svara:

"Já, meistari. Þakka þér fyrir meistari."

Hann brosti í símann.

"Þú ert mín, Suzy."

Án þess að segja meira lagði hann á og tók pakkann af búningi stúlkunnar og sneri aftur að bílnum sínum.

***

Þaðan ók hann á rólegan veitingastað og leit á úrið sitt.

„Bara í tíma".

Einn af elstu vinum hans, Andrew, beið hans.

Hann settist niður með vini sínum, afslappaður, og þeir ræddu um líf sitt.

Undir lok máltíðarinnar tók Andrew þrjá pakka úr skjalatöskunni sinni og renndi þeim yfir borðið.

„Hver þeirra er sérsniðin að þeim smáatriðum sem þú gafst mér, og hafa líka verið sniðin að því sem þú pantaðir, taktu þá og láttu mig vita hvort þú vilt halda einum eða öllum þremur, eða kannski viltu fleiri." sagði Andrew og blikkaði.

Róbert opnaði kassana hvæsandi yfir viðkvæmu hönnuninni þegar fingur hans raktu eftir þeim.

"Þú ert listamaður, vinur minn."

Andrew yppti öxlum.

"Hönnunin er þín. Ég vakti hana bara til lífsins. Ég verð að segja að ég er forvitinn um stúlkuna sem hefur vakið athygli þína svo mikið vegna þess hve fjölbreytt það er. Þetta er krydd lífsins, Robert."

Robert blikkaði.

"Hvað get ég sagt? Ég fann eitthvað sem mig langar í og ætla að hafa það hjá mér í langan tíma."

Þeir kvöddu skömmu síðar og hann fór aftur að keyra.

Robert komst að því að, bundinn af þráhyggju sinni, þann fyrsta dag, þegar hann hafði verið dulbúinn sem leik, hafði hann neytt hana til að vera þræll hans af skömm og niðurlægingu.

Hún var svo ljúf og barnaleg að hann hafði búist við því að hún væri ónæmari fyrir þjálfun hans, en eðlilega undirgefni hennar varð til þess að hún féllst á kröfur hans.

Það voru viðbrögð hennar við sífellt harðari refsingum og niðurlægingum sem komu honum á óvart og fundu í henni sadómasókískan flöt þar sem sársauki varð erótískur.

Þetta hafði bara orðið til þess að hann vildi hana meira og meira og hann hafði ákveðið að hafa hana hjá sér þegar hann hafði í fyrstu aðeins hugsað um fimm daga.

Hún var draumur að rætast og hún var hans.

***

Susan leit á símann og lagði hann hægt frá sér.

Einhvern veginn hafði honum tekist að skipuleggja foreldra sína og líf sitt með einu símtali.

Hún vissi að hún myndi enn horfast í augu við leikhúsmál móður sinnar fyrir að vera of sein, en hún fann spennuna streyma frá henni.

Treystu, sagði hún við sjálfa sig, það eina sem hún þurfti að gera var að treysta meistara sínum og hlutirnir myndu ganga upp.

Hugur hennar flaug til hans aftur, umhyggja hans, umhyggja hans, blíða hans, lituð reglum hans, krafðist þess hvernig hann refsaði henni og fékk hana til fullnægingar, hvað eftir annað, með notkun hans.

Hún sá fyrir sér myndarlegt andlit hans, nógu gamalt til að vera faðir hennar, og fann hann aftur hlýða henni hverju sem hún vildi.

Það var algjörlega kynferðislegt hald sem hann hafði yfir henni sem gerði hana svo ákafa eftir refsingum hans.

Hún vissi að hann hafði í rauninni ekki búið með konu sinni í fjallahúsinu nálægt foreldrum sínum í mörg ár, alltaf ferðast til borgarinnar á fundi.

Hann ímyndaði sér þá saman að reyna að stilla hugann saman við sambandið við hina heimilislegu og vingjarnlegu Carlu, sem voru meira vinir hvor annarrar en ástúðleg.

Hún gat ekki ímyndað sér að komið væri fram við Carla eins og þræl.

Hugur hennar snerist að orðinu framhjáhald.

Það sem hann var að gera var rangt á svo mörgum stigum, þrælahald, framhjáhald.

Skömmin sem hún hafði fundið fyrir undanfarna fjóra daga skolaði yfir hana aftur og hún hallaði sér aftur á bak í stólnum og lokaði augunum.

Hún var svo ringluð að hún dró djúpt andann.

„Eina viku" muldraði hún við sjálfa sig aftur og aftur eins og þula. "Þá myndu þeir tala. Vika. Vika..."

Á því augnabliki hringdi lyftan, truflaði hugsanir hennar og Anne kom brosandi inn.

"Láttu símann í skrifstofuherbergið, elskan, og við skulum sjá hvaða kræsingar þeir hafa skilið eftir okkur."

Anne strauk framhjá henni og inn um skrifstofudyrnar.

Í svima lagði Susan símann frá sér og fylgdi konunni í gegnum skrifstofuna og inn í eldhúsið.

"Ó," Anne var að taka hluti úr ísskápnum, "Robert er með besta bragðið."

Hún tók háa diska og fyllti þá af krabba og grænu papayasalati og hellti í sig sódavatni og rétti Susan bakka með ferskum ávöxtum og súkkulaði.

Hún tók upp hinn bakkann og stefndi að þægilegu stólunum.

Hún var enn óviss um hvort hún ætti að gera eitthvað, hún horfði á Anne setja bakkann sinn niður á lágt borð og hneigjast niður í fyllta leðursófann á púðanum við hlið sér.

"Nú, elsku litla Susan, við skulum slúðra."

Susan settist niður og brosti til konunnar.

Hún vissi ekki hvar hún átti að byrja, þannig að í stað þess að spyrja allra spurninga sem snertu hana, tók hún upp diskinn sinn og salatið.

Anne brosti.

"Þú veist að það er alls konar slúður um þig eftir gærdaginn."

Augu Susan stækkuðu og hún kafnaði í munnfyllinu sem hún hafði gleypt, fékk Anne til að hlæja og hrista höfuðið.

„Þú hélt ekki að stelpurnar myndu ekki stæra sig af því í klúbbnum að Robert væri að íhuga að taka sinn eigin þræl eftir allan þennan tíma með engum og að þær gætu í raun hitt þig.

Susan tók sopa af vatni sínu og dró djúpt andann.

"En hann er giftur. Víst..."

Anne truflaði hana.

"Nei shit. Flestir Meistararnir í klúbbnum eru með smákonu heima til að sjá um fjölskylduna og húsið og láta þá líta virðingu fyrir þeim sem eru utan þessa lífsstíls. Þetta er allt pólitík og viðskipti og það þýðir mjög lítið fyrir flesta fólksins í þessu fyrirtæki og klúbbnum."

"Í gær heyrði ég minnst á klúbb. Í dag nefnirðu það aftur. Hvað er það nákvæmlega?" spurði Susan hljóðlega þegar hún gleypti þá hugmynd að hjónaband meistarans væri bara framhlið.

"Æ elskan, ég vona að ég verði þarna í fyrsta skipti sem þú gengur inn um dyrnar, bara til að sjá þessi stóru fallegu augu þín þegar þau stækka. Við skulum sjá, þetta er mjög einkaklúbbur og aðild er stranglega metin. Þetta er staður þar sem karlar eða ríkjandi konur geta tekið þræla sína og verið þær sjálfar. Þetta er eins og næturklúbbur, tónlist og dans í einu herbergi, píanóbar á öðru svæði, jafnvel veitingastaður. En það eru líka sýningarsvæði fyrir ríkjandi til að sýna þræla sína og einkaherbergi . Þetta er ótrúlegur staður. Eigendur ráða aðeins undirgefið fólk og þræla til að þjóna þar. Í meginatriðum eru þeir í eigu klúbbsins."

Susan hlustaði og tyggði hægt á salatinu sínu.

"Þegar þú talar hljómar þetta allt mjög eðlilegt fyrir mann, en mér finnst þetta mjög óraunverulegt. Fyrir þessa viku hefði ég haldið að það væri ólöglegt að hafa eitthvað svona."

"Eignarhald er sennilega óhreint orð. Líttu á þetta sem samband kærleika og trausts eins og flest önnur sambönd, nema í samböndum okkar hefur ein manneskja, sú ráðandi, öll völd. Í stað þess að skipta um hringa og þykjast vera jöfn. maka eins og í hjónabandi, í lífsstíl okkar skiptum við völdum þannig að aðeins einn er við stjórnina og hinn vegna skorts á betra orði er í eigu og venjulega gefið hálsmen í stað hrings. það þarf mikið traust til að framselja það vald til annars , en það er gjöf þín að gefa og það er mikil ábyrgð á þeim sem tekur við. Skilurðu það betur þannig?"

Susan kinkaði kolli hægt, en ringlun leiftrandi í augu hennar þegar hún reyndi að pakka niður hugsunum sínum sem dönsuðu í kringum hana.

"Allir þrælarnir sem við hittum í gær, gáfu þeir herrum sínum vald yfir þeim? Fúslega?"

"Þeir gáfu það ekki aðeins, heldur báðu þeir meistara sína að taka það." Anne hló glaðlega, "Hvellur eru með svo stórt egó að þeir elska að heyra stelpu biðja um að vera fyllt og andsetin."

"Jafnvel þú?" spurði Susan hljóðlega.

Anne hló.

"Elskan, minn er allt annar hlutur. Ég lenti í einhverju fjárhagslegu rugli, Robert og fyrirtæki hans björguðu mér, gáfu mér peninga til að komast út úr vandræðum og á móti skráði ég mig til að vera einn af þrælum fyrirtækisins fyrir þrjá ár. Auk þess verð ég skuldlaus fyrir að gera eitthvað sem ég elska samt. Sem svar við spurningu þinni, ef svo hefði ekki verið, þá myndi ég biðja um að einhver frjáls meistari myndi vilja setja hálsmenið á mig."

Hið svipmikla andlit Susan fór úr undrun, í vantrú, í að koma á óvart.

"Eru allir í fyrirtækinu þrælar eða meistari?"

"Guð, nei, en sumar stúlkur komu til fyrirtækisins eins og ég. Sumir stjórnenda eru meistarar og ég þjóna þeim. Jæja, bara Alan Clarkson í augnablikinu." Hún brosti þegar hún sagði það. "En nú er komið að mér að spyrja spurninga, hvernig endaðir þú hér?"

Susan talaði um líf sitt.

Hvernig hún ólst upp og kynntist meistaranum og hvernig hann bauð henni starfið þegar hún hætti í háskólanum.

Hvernig hann hafði verið leiðbeinandi hans og vinur þangað til í þessari viku.

Allt fór að renna snurðulaust þegar hún byrjaði að tala.

Leikurinn, hvernig hún brást við rassskellingum hans, fannst hún knúin til að gera þetta, en nú var hún ekki svo viss um hvernig henni fannst um neitt, sérstaklega meistarann sinn.

Anne faðmaði hana og talaði alvarlega:

"Ég áttaði mig aldrei á því. Ég hef þekkt Robert lengi og ég hef aldrei þekkt hann til að þvinga neitt upp á stelpu. Þetta er bara ekki hans stíll. Hann hlýtur að vilja að þú sért hans, mjög mikið."

Hann þagði og hugsaði um dularfulla manninn.

Hann bjargaði stúlkunum frá móðgandi eða þvinguðum efnahagsþrælkun, og hann lék uppáhalds, en hann hafði aldrei áður sýnt einni stúlkunni sérstaka athygli.

"Ég ætla að þrífa þetta leirtau á meðan þú hugsar um hvað ég ætla að segja þér," Anne þagði og horfði alvarlega á Susan. „Ef þú fengir það val núna að ganga í burtu og líta ekki til baka, fullvissaðu þig um að þú munt aldrei sjá hann aftur og öruggur í þeirri vissu að Robert myndi ekki segja neinum hvað hefur gerst. Hún þagði stutt og lét orðin setjast í huga sér. "Eða að vera áfram og verða hans eins og hann vildi, hvað myndir þú velja?"

Hún stóð upp og tók upp diskana og horfði á ruglaða svipinn á Susan bætti hún við.

"Ég veit að þú áttar þig ekki á því, en þú hefur öll völd núna, Susan. Þú getur gefið honum það frjálslega, eða þú getur haldið því og gengið héðan."

Þar með gekk hann inn í eldhúsið og skildi Susan eftir í hugsunum sínum.

Susan var agndofa.

Hún hafði aldrei hugsað um það þannig.

"Ó, það komu stundum á síðustu dögum sem hún hafði hugsað sér að hlaupa. Að fela sig, hlaupa í burtu eða bara segja nei og fara."

Hún beit á vörina, tilhugsunin um að segja nei við meistarann fékk hana til að brosa.

„Hann yrði fyrir vonbrigðum og vonbrigði hans myndu þýða refsingu," snéri hún marin rassinum við tilhugsunina og andlit hans kom inn í huga hennar, dökkt, myndarlegt bros lék um varir hans eins og þegar hann er ánægður með hana.

Eitthvað snerti djúpt innra með henni, þörfin fyrir að þurfa að sjá þetta ánægða andlit.

"Nei, hún gat ekki bara gengið héðan. Og nú er henni ekki í huga að valda honum vonbrigðum og kannski meiða hann. Hún vissi að hún yrði að tala við hann fyrst. Aðeins hann gat gefið henni þau svör sem hún þurfti . Hún varð að halda áfram." með þetta til loka vikunnar. Hann lofaði að þeir myndu þá tala saman."

SAMÞYKKT

Aftur við skrifborðið sitt vann Susan við síðustu verkin sín, en hugurinn hélt áfram að leita til hans.

Hún hafði varla eytt honum tíma til að staldra við og hugsa um síðustu 48 klukkustundirnar og fyllt hverja stund af þjálfun og aga.

Og í dag var hún ein og hafði of mikinn tíma til að hugsa.

Hún saknaði stöðugrar nærveru hans og dökku, vakandi augna hans.

Andlit hans birtist í huga hennar eins og alltaf þegar hún hugsaði um hann, dökk og myndarlegur, eldri, miklu eldri, upplifun hans bæði spennandi og ógnvekjandi.

Sem fjölskylduvinur hafði hann alist upp og veitt henni þá virðingu sem hún átti skilið og gert eins og hún bað um.

hans snerist við þegar hann íhugaði þetta og undraðist enn og aftur hvernig þessi maður, vinur hans og leiðbeinandi, hefði orðið meistari hans.

Hádegisverður með Anne hafði verið fræðandi, en það hafði tekið of langan tíma að þegar Alan fór að sækja Anne hafði hún ekki enn birst aftur við skrifborðið sitt.

„Hún mun fá sína refsingu og það verður mín vegna.“ hugsaði Susan.

Tækifærið var þegar liðið þegar allar almennu, ekki svo persónulegu spurningarnar um lífsstíl hans, klúbbinn og fólkið sem hann hitti í gær komu upp í huga hans.

Síminn hennar hringdi og þegar hún heyrði rödd hennar bregðast við kveðju hennar, kreisti hún símann aðeins meira.

„Susy mín“ var yfirlýsing. "Hvernig var hádegismatur?"

"Maturinn sem þú pantaðir var dásamlegur, takk, og takk fyrir morgunmatinn líka. Ég áttaði mig ekki á því hversu svöng ég var í morgun." Hún brosti í símann.

"Auðvitað passaði ég upp á að þú fengir þér morgunmat. Jæja, elsku litli minn, ég mun alltaf sjá til þess að þú fáir það sem þú þarft og vilt, þú veist það. Ég hef oft sagt þér það," var tónn hans kurteis.

"Já herra." Hún beit á vörina.

„Spurning mín var aldrei um matinn, hvernig var hádegisverður með Anne?

Hann gat ímyndað sér hana við skrifborðið sitt nagandi í vörina á sér þegar hún talaði, fremur svipmikið andlit hennar sýndi honum allar tilfinningar.

Hún valdi heiðarleika :

„Anne er yndisleg vinkona að hafa í kringum fyrirtækið og hún er skemmtileg og hlý og um, mjög innsæi."

Hún flýtti sér að segja:

"Við skemmtum okkur konunglega við að spjalla, en við misstum tímann, svo ég held að herra Clarkson hafi ekki verið mjög ánægður."

Hann beit á vörina.

"Ég held að Anne gæti verið í vandræðum vegna þess að ég hélt henni vakandi of lengi."

"Anne er stór stelpa og hún getur horft á tímann alveg eins auðveldlega og þú, litla, ekki hafa áhyggjur af því." Hann þagði og hún heyrði næstum bros í rödd hans þegar hann hélt áfram: "Var það upplýsandi?"

Hún vildi að hún gæti séð andlit hans, en hún gat ekki sagt hvort hann væri ógeðslegur eða að hæðast að henni.

Hún hrökk við þegar hún svaraði varlega:

"Ég var með fullt af spurningum eftir gærdaginn og ég veit um aðrar stelpur umm í mínum aðstæðum umm."

Hann hló og í huga hennar gat hún örugglega séð brosið hans núna þegar hann stríddi henni meira.

"Og hvernig ástandið er litli þrællinn minn?"

Hugarástand hennar og sú staðreynd að hún hafði ekki dökk augun í gegnum sig gerði hana djarfari en hún hafði verið alla vikuna.

"Það er það, að vera þræll er allt svo nýtt að ég veit ekki hvað ég er að gera hvað þá ef ég er að gera það rétt. Ég veit ekki hvað mér finnst um það." Hún andvarpaði: "Það virðist sem ég viti ekki neitt lengur, heimurinn minn er á hvolfi."

Hún andvarpaði þegar hún áttaði sig á því að hún sagði þetta bara upphátt við manninn sem veldur því að heimssýn hennar breytist á óvissulegan hátt.

Þegar hann heyrði andköf hennar svaraði hann hægt:

"Susy", rödd hans er hörð en mjúk og hún er aftur óviss um leið og hann heldur áfram: "Með öllum nýjum hlutum er alltaf stund til að læra, þjálfun ef þú vilt. Gerðu það sem ég bið um, þegar ég segi þér og alltaf þú Verður fullkominn. Ég vildi að þú hefðir getað talað við Anne og ég er ánægður með að þú hafir fundið það augnablik," sagði hann hlé á áhrifum og hélt áfram "upplýsandi."

Hann fann þetta orð „ánægður" og hleypti frá sér andanum sem hann áttaði sig ekki á að hann hefði haldið í sér.

Hún fann magann flökta og hlýjan ljóma breiddist yfir hana þegar bros breiddist yfir andlit hennar sem þvingaði neðri vör hennar á milli tannanna.

"Já meistari", er það eina sem hann gat sagt.

"Allt í lagi, ég kem aftur eftir klukkutíma. Ó, og hreinsaðu dagskrána þína fyrir kvöldið vinsamlegast, litli."

Þar með lagði hann á og lét hana sitja og naut ánægjunnar.

Hann bjó sig undir að ljúka verki sínu með því að horfa á klukkuna og telja mínúturnar þar til hann kemur heim.

Hann tók upp símann og hringdi í móður sína.

"Halló mamma... Það er allt í lagi, ég verð upptekinn með vini í kvöld og ég vildi ekki hafa áhyggjur af þér aftur."

Hann lofaði að mæta tímanlega daginn eftir og reyndi að róa órólegar taugar móður sinnar.

Faðir hennar var heima og hún ræddi stuttlega við hann og staðfesti þær ráðstafanir sem gera þyrfti þar.

Hún brosti þegar hann talaði um leiklist móður sinnar um veisluna og hló þegar þau voru bæði sammála um að hann elskaði dramað.

Hún lagði á brosandi.

„Hún hafði ekki beinlínis logið, hún væri upptekin af vini, hún sagði bara ekki hvers konar vini. Hugur hennar sem snýst stöðugt snerist aftur: "Og hvers konar vinur er hann?"

Hún starði á orðin vinur og kennari þegar hún kláraði síðustu heimavinnuna sína og reyndi að hunsa þær nöldrandi hugsanir um að ljúga að foreldrum sínum og einbeita sér betur að kvöldinu.

Hún stóð upp og dustaði rykið af sér og fór á klósettið til að fríska upp á sig og líta sem best út fyrir komu meistarans.

Hún var staðráðin í að gera sitt besta fyrir það sem hún hélt að yrði sennilega síðasta kvöldið hennar sem meistari og þræll.

Þau töluðu ekki um vikuna fyrr en á mánudaginn en hún ætlaði heim á morgun um helgina, svo í kvöld myndi hún gera sitt besta til að koma honum til móts.

Þegar hann gekk inn á baðherbergið fann hann líkama hans titra af eftirvæntingu.

Þegar hún leit í spegilinn og sá hvernig augu hennar voru björt og eftirvæntingarfull, hristi hún höfuðið.

" Horfðu á þig Susan! Fjórir dagar af stanslausum fullnægingum og augun þín eru rauð og björt við tilhugsunina um að ég kæmi aftur. Þú ert virkilega druslan hans" hún hætti á miðri leið en hélt áfram "í bili."

Skömmin yfir þessari vitneskju hellti smá raka yfir hitann á milli fóta hennar.

UNDIRBÚNINGUR

Robert lagði á Susan.

Dagurinn í dag var áhættusamur, en hann vissi að hún þyrfti tíma til að velta fyrir sér hvað þau voru að gera og barnalegar skoðanir þeirra á samböndum.

Vikan hans var næstum á enda og hún hefði endað í dag ef æfingar hefðu ekki gengið svona vel.

Hann vissi að hún myndi vera undirgefin, en hún hafði farið fram úr öllum væntingum hans.

Hann hafði tekið stjórn á heimi hennar þegar hann af skömm og niðurlægingu hafði gert hana að þræli sínum þennan fyrsta dag.

Hann brosti með sjálfum sér, löngun hans til að drottna yfir henni sterkari en nokkru sinni fyrr.

Óþolinmæði hans til að eignast hana kom að fullu upp á yfirborðið .

Hann þurfti á henni að halda til að sætta sig við fætur hans.

Ekki bara sætta þig við það heldur ekki vilja það, biðja um það, viðurkenna að hún tilheyrði honum og aðeins honum.

Í hugsunum sínum sá hann hana á hnjánum kalla hann meistara, gamla fantasían hennar lifnaði við.

Hann vissi að hann gæti það ekki og hann myndi ekki sleppa henni núna.

Hann vantaði frekari upplýsingar um „upplýsandi“ hádegismatinn og þegar hann kom inn á bílastæði fyrirtækisins ákvað hann að skoða upprunann.

Mínútum síðar kom hann inn á skrifstofu Alan Clarkson og brosti til Anne og tilkynnti:

"Jæja, upplýstu mig."

Fimmtán mínútum síðar stóð hann upp til að fara þegar Anne sagði:

"Ó, og þegar þú ferð með hana á skemmtistaðinn, ef þú ferð með hana þangað, leyfðu mér að vera þar í fyrsta sinn.

„Ég ætlaði reyndar að fara með henni þangað í kvöldverð snemma í kvöld. sagði Robert og horfði á undrandi andlit þeirra.

Alan virtist efins:

— Er það ekki of snemmt?

"Við fáum bara kvöldmat, en ekki í bakherbergjum, hún er ekki tilbúin í það ennþá. Ég er ekki algjör bastard."

Hann horfði á þau tvö aftur og gerði ráð fyrir að þau væru vinir og traustir, svo hann hélt áfram:

"Og ég get ekki haft hana læsta á skrifstofunni minni allan tímann. Hún verður að vita hvað hún er að fara út í og hún er augljóslega forvitin."

„Við ættum að fara þá líka, sumt af þessu fólki mun vilja borða hana lifandi og Anne gæti gripið inn til að hjálpa henni."

Alan sýndi umhyggju, hann var einn af fáum sem þekktu Robert vel og hafði hugmynd um hvað þessi stúlka þýddi fyrir hann.

"Allt í lagi, ég hringi í þig þegar við erum tilbúin að fara. Og það verður bara smá stund," bros blómstraði á vörum hennar, "ég hef ekki séð hana í allan dag..." Hún lét það hanga í lofti.

Anne brosti og dansaði spennt:

"Þegar þú ert tilbúinn!"

Hann hristi höfuðið þegar hann gekk í burtu og hélt að Anne gæti aldrei verið nógu öguð til að vera týpan hans, en hann var ánægður með að henni og Alan hefðu fundist skemmtilegir persónuleikar þeirra passa fullkomlega.

Þar sem Robert vildi ekki tefja lengur fór hann beint á skrifstofuna sína til að hitta hinn fullkomna samsvörun.

„Ef hún bara vissi það," hugsaði hann.

Brosandi þegar hann kom inn, horfði hann á hana sitja uppréttari og brosa til sín aftur, sem varð til þess að fallega andlitið hennar lýsti upp.

Hann gat ekki staðist þessa stórkostlegu stúlku, stökk og lyfti henni úr stólnum og kyssti hana innilega.

„Meistari þinn saknaði þín í dag, litli þræll.

Hún hrökk við í kossi hans, hún hafði saknað hans meira en hún hafði viðurkennt fyrir sjálfri sér.

Það var meira en bara ógnvekjandi nærvera hans, hún áttaði sig á því að henni fannst hún dýrmæt og dýrmæt fyrir hann þegar hann kyssti hana svo innilega og sýndi hversu mikið hann saknaði hennar.

"Snúðu símanum á skrifstofuna mína og fylgdu mér." sagði hann um leið og hann lét hana setjast aftur og gekk að skrifborðinu sínu.

Þegar hann settist við skrifborðið sitt, birtist hún við dyrnar.

"Lokaðu". Hann muldraði og horfði dapurlega á hana.

Hún sneri sér við og lokaði hurðinni mjúklega áður en hún renndi sér yfir gólfið í áttina að honum og kraup við hlið stólsins hans.

Hann horfði á hana þegar hún leit upp til hans, undrandi yfir hungraða svipnum í augum hennar.

„Stattu upp..." Rödd hans var skipandi en ekki hörð.

Eins tignarlega og hún gat, reis hún á fætur, líkami hennar skalf undir dökku augnaráði hans.

"Þú ert falleg, Susy, ég vil sjá ykkur öll. Farðu úr pilsinu og blússunni og gerðu það hægt."

Hann hallaði sér aftur á bak í stólnum sínum og horfði á hana þegar hún lyfti höndunum að blússunni sinni og byrjaði að losa um hana.

Mjög hægt yppti hún öxlum og lét jakkann renna af öxlum sér.

Þegar hún sleppti síðasta hnappinum á hálfgerðri blússunni opnaði hann svo að brjóst hennar komu í ljós þegar hún teygði sig í rennilásinn á pilsinu sínu.

Með því að hneppa því upp, sveiflaðist hún á þann hátt sem hún vonaði að væri tælandi hátt, svo að pilsið rann niður fætur hennar og safnaðist saman við fætur hennar.

Hann dró hægt út úr henni og lét skyrtuna renna úr handleggjum hennar til að leggjast líka á gólfið.

Hún skalf og horfði upp í brennandi augu hans.

"Þú ert með fullkomna húð, fallegri en nokkur, litla Susy mín. Þú ert hinn fullkomni striga fyrir mig."

Hann reis á fætur og færði sig við hlið hennar og renndi fingurgómunum mjúklega yfir axlir hennar og brjóst.

Horfði í augu hennar þegar hann sló á brjóst hennar til að heyra bjöllurnar hringja ljúft.

Hún brosti um leið og hún andaði og greip neðri vörina á milli tannanna.

Fingurgómar hans hreyfðust aftur og strjúktu yfir líkama hennar og yfir magann.

„Snúðu þér við," muldraði hann.

Þegar hún fann að fingur hans lágu á húðinni á bakinu, varð hún til að skjálfa.

Merkin frá kvöldinu áður höfðu dofnað.

Þessi stúlka er yndisleg, hugsaði hann.

Hendur hans hlupu upp og niður hrygginn á henni áður en þær skáru örlítið marin botn hennar og kreistu hann fast og framkallaði styn sem vakti enn meira.

Hann togar hana að sér, hendur hans hreyfast til að hnoða brjóst hennar og snúa geirvörtum hennar varlega.

Saknaðir þú meistara þíns í dag, litli?"

"Já meistari" rödd hans var brotið styn.

Hönd hans hljóp yfir líkama hennar þegar hún beygði sig orðlaust og bað um snertingu hans.

Hann hélt áfram að strjúka yfir líkama hennar með mjúku, heitu röddinni sinni við eyrað á henni um leið og hann stríddi henni.

"Þú ert þurfandi lítill þræll."

Hönd hans steypist á milli fóta hennar og hún opnaði samstundis í stöðu sinni til hans.

"Já litli refur, þú ert of blautur fyrir meistara þinn."

Hönd hans sló til baka og sló kútinn harðlega, sem fékk hana til að öskra af undrun frekar en sársauka.

Bankaði kisuna aftur harðar þegar hún reis upp á tærnar, augun stækkuðu þegar hún stundi.

Hann dró hana aftur með sér og lækkaði sig niður í skrifborðsstólinn með hana í kjöltu sér.

Hann teygði sig undir læri hennar, breiddi þau upp og setti þau á stólarma.

Henni hafði aldrei fundist hún vera svo opin, svo berskjölduð.

Hönd hans sló í hana aftur, skellti fast í mjaðmir hennar, kipptist undir smelluna og fékk hann til að brosa þegar hún tísti.

Haninn hans, sem var staðsettur við botn hennar, varð stífur þegar hann sló hana þrisvar sinnum í viðbót áður en hann stakk fingrum sínum djúpt í hana.

Þegar hann heyrði hana stynja og fann að mjaðmirnar beygðust þegar vöðvarnir spennust þétt saman í fingrum hans, urraði hann af ánægju í eyra hennar.

Hann krullaði fingurna við framvegg kútsins hennar og byrjaði að ríða henni með fingrunum.

Mjaðmir hennar hreyfðust við hreyfingu hans og hann fann líkama hennar titra.

Hann hélt áfram að grenja í eyra hennar:

"Svo druslulegur og svo heitur og blautur. Sársauki kveikir í þér, meistari getur fundið fyrir ánægju þinni og þú þarft meistara til að gefa þér það sem þú þarft. Það sem þú vilt."

Hann sá hana anda illa og útlimir hennar titruðu.

Hann stoppaði fingurna djúpt inni í henni, nísti í hálsinn á henni þegar mjaðmir hennar hreyfðust í meira.

"Segðu meistaranum hvað þú þarft."

„Vinsamlegast," stundi hún. "Ó takk."

Mjaðmir hennar kipptust við og kramdi kisu hennar að hendi hans.

Varir hennar sveigðust í skugga bros þegar hún spurði aftur:

"Vinsamlegast það?"

Fingur hans hreyfðust aðeins.

"Vinsamlegast, meiri meistari, meira." Rödd hennar var andlaus þegar hún stundi neyð sína. "Vinsamlegast."

Hann byrjaði að dæla fingrum sínum hart og djúpt.

"Meira af þessu, litla kellingin þín?"

"Já! Ó já, vinsamlegast meistari."

" Komdu til mín, þræll minn, gefðu mér það sem ég krefst, það sem þú þarft."

Þegar hún byrjaði að krampa tók hann fingurna út og sló kisuna hennar og horfði á hana sprauta:

„Það er mjög þétt".

Hann andvarpaði með tilliti til kvöldsins sem kom.

Thirst stóð upp og lagði hana á skrifborðið sitt þegar hún andaði og mjáði með hálflokuð augun.

Hann hallaði sér niður í augnhæð hennar.

„Góð stelpa" hann róaði hana um leið og hann klappaði henni á bakið og opnaði skrifborðsskúffu. "Ég vanrækti þjálfun þína í dag, er það ekki litli?"

Hann tók lítinn bleikan gulrótarlaga hlut úr skúffunni og setti hann fyrir óeinbeitt augun.

Hún skalf enn af fullnægingu sinni, hún spenntist þegar hún fann hann hreyfa sig á eftir sér til að setja harða hanann á bakið á henni.

Hann hallaði sér yfir hana og kyssti hrygginn á henni, hélt tappinu fyrir augum hennar aftur áður en hann steig til baka og burstaði fætur hennar.

Hann dreifði fótum hennar í sundur og strauk um botninn með annarri hendinni, með hinni stakk hann tappanum í blauta kisuna hennar, smurði hana og skildi eftir klístraðan um leið og hann rak hana á milli holanna hennar.

"Þú ert eins falleg og þessi."

Hann sló á rassinn á henni og sundraði kinnarnar og fylgdist grannt með því þegar hún þrýsti tappanum hægt á sinn stað og teygði þétt endaþarmsopið.

"Hver hluti af þér er minn, Susy mín."

Stynjandi, lærin glitraði blaut, hún tuðraði um leið og hann talaði lágt.

"Góð stelpa."

Hann dró hana í kjöltu sér og faðmaði hana.

Hún hjúfraði sig í fangið á honum og andardráttur hennar minnkaði smám saman.

Hann greip um höku hennar og hallaði höfði hennar að sér, kyssti hana mjúklega, varir hennar krulluðu í litla brosið sem hún þráði.

"Mér líkar mjög vel við þig, Susy mín," sagði hann lágt og áður en hún svaraði brosinu hallaði hann sér niður til að kyssa hana aftur. "Þú gerir mig svo hamingjusamari, hamingjusamari en ég hef verið í langan tíma."

Kvið hennar kreppti og djúp þörf til að þóknast þessum manni þrútnaði og blómstraði innra með henni við orð hans.

Handleggir hans hertu að henni og hann dró hana að líkama sínum og hvíslaði heitt í eyra hennar.

"Nú ert þú minn. Skilurðu? Fyrir allan heiminn ertu minn."

Hún sagði ekki neitt.

Hún var brjáluð, en tilfinningin sem hún fékk af því að þóknast honum yfirgnæfði allt annað.

Hann hallaði sér aftur og hitti augu hennar og velti því fyrir sér hvort eitthvað væri að skyggja á honum.

Á meðan þagði hún, sem gerði það að verkum að hún fékk samviskubit yfir að finna augnaráð hans á henni.

Þetta fékk hana til að hvísla:

"Já meistari".

Hún hjúfraði sig að honum og fannst hún kaldhæðnislega örugg í örmum hans .

Hugur hennar snérist um ánægju og sársauka sem sameinaði það með tilfinningum þess að vera metin og eiga að því marki að vera í eigu, að vera hennar.

"Hvernig getur þér liðið svona vel stundum, en samt skammað hana jafnt og niðurlægt fyrir hversu illa hún fór að gera hlutina á öðrum tímum?"

Hún vissi að hún þyrfti að tala við hann, eins og hún talaði við Anne.

En hún vildi ekki skemma augnablikið sem hún þagði og lét hugann snúast um þá staðreynd að hún væri ekki bara hóra sem líkaði að fá rass, heldur að hún væri hóran hans.

Brosið lýsir upp andlit hans og hann vaggar hana aftur.

"Þú verður hjá mér í nótt til að bæta upp daginn sem við eyddum í sundur."

"Já herra."

„Hann vildi bæta upp týnda daginn! hugsaði hún "Jæja, þetta var bara í viku. Hvað gerist þegar vikan er loksins búin? Við tölum auðvitað saman í lok vikunnar." Hún beit á vörina, "en verður of seint að spyrja allra spurninga um efasemdir sem kvelja mig?"

Stöðug óvissa hans pirraði hana aftur.

"Farðu að þrífa og laga förðunina þína. Ég vil að þú sért að gera hárið þitt í kvöld þegar við förum út."

Hann sló hana á bak þegar hún stóð upp og horfði á hana ganga inn á klósettið, enn á hælunum og sokkana sem fékk hann til að stynja innvortis.

„Ég varð að taka hana í kvöld annars myndi hún springa“

Hann hristi höfuðið við þessa hugsun.

Hann hefði getað notað annan þræl í dag áður en hann fór aftur á skrifstofuna til að draga úr spennunni, en hugsanir hans voru aðeins hjá þessari einu stelpu.

Hann hefur lengi dreymt um að eiga hana.

Hann vildi engan annan nú þegar hún var hér, við fætur hans, og hlýddi hverri skipun hans.

Hann stóð upp og hélt inn í svefnherbergið, opnaði skápinn þakklátur fyrir kaupin sem Diane gerði fyrir hann, en fór og vildi kaupa hana.

Hann vissi nákvæmlega hvernig honum líkaði það að líta út og hvernig ætti að mæta þörfum hans sem meistara hans.

Hún rótaði í skápnum og leitaði að rétta hlutnum, dró upp hluti og fleygði þeim.

Að lokum dró hún fram smaragðgrænan slopp að framan og aftan sem myndi loðast á öllum réttum stöðum til að sýna stórkostlegan líkama hennar og draga fram augun.

Hún birtist í dyrunum nakin og falleg og fór yfir gólfið í tveimur auðveldum skrefum.

Hann greip um úlnlið hennar og dró hana að sér.

"Þú ert falleg, Susy mín."

Höfuð hans beygði sig til að hafa varir hennar aftur.

„Vertu kyrr með handleggina uppi," skipaði hún og tók kjólinn, dró hann yfir höfuð sér og niður handleggina.

Á meðan hún var hreyfingarlaus klæddi hann hana í þröngt en ekki óþægilegt efni.

„Setstu niður," benti hún á rúmið þegar hún fór aftur að skápnum og augnabliki síðar birtist hún með nýja háhælaða skó, og gekk framhjá þeim.

Hann tók hvíta flauelskotann frá deginum áður og setti hana um hálsinn á henni á meðan hún fór í skóna.

Hún sat þarna á meðan hann rótaði í litlum kassa.

Svo sneri hann sér að henni og setti gyllt skraut á flauelschokerinn.

Þegar hún sneri sér að speglinum þegar hann benti henni að standa upp, fann hún sjálfa sig nánast óþekkjanlega.

Hún var öll sveigjur sem ég vissi ekki að hún hefði.

Hliðarnar á kjólnum voru að fullu skornar og reimaðar með ólum sem þversuðu yfir mjaðmir hennar og rifbein.

Lága hálslínan virtist hafa meira klofning en það var að sjá þar sem frjó brjóst hennar voru þrýst niður af þröngu efni kjólsins.

Keðjan sem hún var enn með virtist undarleg og brengluð og hún teygði sig inn í klofið sitt til að rétta hana á meðan hann horfði á.

Augu hans beindust að gullmerkinu á hvíta chokerinu.

Þetta voru tveir stafir R tengdir saman með gullkeðjum sem undruðu hana þegar hún hélt áfram að reyna að laga bjöllurnar og keðjuna án mikils árangurs.

"Taktu af keðjunni." Hann íhugaði hana og hélt áfram: "Kannski ættum við að tala um að láta gata á þér geirvörturnar."

Augu hennar stækkuðu og ruglið skýst um augu hennar þegar hún sleppti keðjunni hægt af geirvörtunum og fjarlægði hana.

"Þú lítur út fyrir að vera yndislegur lítill þræll."

Hönd hans færðist að botni hennar og strauk og þreifaði undir kjólnum hennar til að finna tappann og snúa honum inn í hana og láta hana anda.

Hann renndi hendinni niður á milli fóta hennar.

"Alltaf svo blaut og viljug af meistara þínum, þú ert mjög góð stelpa."

Þegar hann var fyrir aftan hana og strauk henni hraðar öndun hennar og hún dró sig aðeins til baka og vildi finna hann á móti sér.

„Við höfum ekki tíma fyrir," brosti hann. "Eftir."

Hann staldraði verulega við í stutta stund áður en hann hélt áfram:

"Þú ert óseðjandi lítil drusla, en svo lofa ég þér, meiru, miklu meiru."

Hún lagði áherslu á orðið „meira“ þegar hún gekk í burtu og greip hvíta skikkju úr skápnum.

Svo sneri hann sér að henni.

"Koma".

Hann yfirgaf herbergið með henni á eftir sér.

„Réttu mér símann,“ sagði hann þegar hún færði sig að skrifborðinu sínu.

Hún var komin aftur eftir augnablik, hann benti á stað á gólfinu og hún renndi sér niður til að krjúpa þar og horfði á hann.

Hann tók upp símann á borðsímanum sínum.

"Tilbúin Anne, sjáumst í anddyrinu."

Hann greip nokkra hluti úr skrifborðsskúffunni sinni, sneri sér við og horfði á hana.

Hlutur fantasíu hans krjúpi hlýðinn frammi fyrir honum .

Að tala við Anne hafði í raun verið upplýsandi fyrir þau bæði.

Hún varð samkvæmari með hverri stundu sem þau eyddu saman og hann var staðráðinn í að eyða ekki of mörgum af þessum augnablikum í sundur fyrir lok vikunnar.

Haninn hans kipptist við þegar hann horfði á hana.

"Ó já, þetta kvöld myndi fara með hana á nýja staði og á margan hátt," hugsaði hann.

KLÚBBURINN

Eldfjörug gleði Anne heillaði alla þegar þeir fóru inn í byggingu í arfleifðarstíl og biðu eftir lyftunni.

Húsbóndi hennar var með verndarhandlegg um axlir hennar og hafði dregið hana nærri sér næstum með eignarhaldi.

Enginn hafði sagt Susan hvert þeir væru að fara og hún beit á vörina þegar hún hristi sig meðvitað og hugsaði:

"Það hlýtur að vera veitingastaður efst í þessari byggingu."

Þegar Robert kom inn í lyftuna, tók hann upp kylfukortið sitt og stakk því í rauf á aðalborðinu og lyftan fór að síga niður.

Hún horfði á Susan verða föl og áhyggjufull þegar hún hélt um hökuna.

"Hvað er að, litli?"

Hann var orðlaus, á spilinu sem hann hafði enn í hendinni stóð greinilega: „Klúbburinn“ og hann skalf af eirðarleysi og taugaveiklun.

"Anne sagði mér ekki að hún myndi koma með mig hingað svo fljótt, en hér er ég. Ég er ekki góður þræll ennþá, ég skal skamma hann. Hann verður fyrir vonbrigðum með mig aftur." Hugur hennar varaði hana við þessu og hún horfði niður á meðan hún skalf.

"Þú klæddir hana líklega í of þröngt korsett, meistari Robert," sagði Anne. "Ég skal fara með hana í litla herbergið fyrir þrælana og gera hana eins og nýja."

Susan leit upp og sá áhyggjuefni í augum meistara síns og stál í sig til að rétta úr sér.

"Mér líður vel, ég er ekki með korsett." Hann hvíslaði á meðan augu hans héldu áfram að horfa á kortið í hendi meistara síns þegar lyftuhurðirnar opnuðust.

Hann lagði handlegginn um hana verndandi og leiddi hana inn í forstofuna.

Tvær stúlkur komu fram til að heilsa þeim og taka yfirhafnir þeirra.

Næstum án þess að átta sig á því lét Susan taka af sér kápuna þegar hún heyrði daufa upphrópun Anne:

"VÁ, örugglega ekkert korsett þarna."

Susan horfði á meistara sinn, sem brosti og lagði hönd um háls þræls síns.

„Susan Mín ," sagði hann einfaldlega og leiddi hana um hálsinn leiddi hana inn í klúbbherbergið.

Þetta var allt dökkbrúnn viktorískur glæsileiki eins og herramannaklúbbarnir sem þú myndir sjá í heimildarmyndum um breska aðalsmenn.

Breiðar tvöfaldar hurðir á þeim þremur veggjum sem eftir voru opnuðust inn í aðra hluta klúbbsins.

Alan sneri sér að Robert með brosi.

„Þú vilt fá þér drykk hérna og gera alla sem koma inn um dyrnar forvitnir eða við förum að borða svo þú getir farið með fallegu Susan heim snemma.

Susan reyndi að líta í kringum sig án þess að virðast virkilega undrandi yfir algerri gnægð gylltra innréttinga, dökkra viðarhúsgagna og fágaðs leðurs.

Hann fann augnaráðið á Anne sem blikkaði hann og brosti traustvekjandi og sagði:

"Slappaðu bara af".

"Hvenær vissirðu að ég er svona augljós?"

Robert hló og færði sig yfir herbergið að dyrunum til vinstri.

Næsta herbergi virtist hellingsríkt með svipuðum innréttingum og anddyrið og setustofubarinn.

Í öðrum enda herbergisins var bar og píanó á upphægri palli umkringd litlum borðum.

Restin af herberginu var tekin upp með stærri borðum og básum sem voru meira á milli en virtist eðlilegt.

Þegar þeir héldu áfram sá hann nokkur borð sem þegar voru upptekin.

Við eitt borð sátu karlarnir með stúlkurnar sínar krjúpandi við hlið sér eins og þær höfðu gert í gær í hádeginu með meistaranum, en við önnur sátu stúlkurnar hjá meistaranum sínum.

Susan beit á vörina og velti því fyrir sér hvar hún ætti að sitja.

Robert kinkaði kolli, hallaði höfðinu og sneri sér hljóðlega að Alan.

"Brian er hér, þú og Anne fara að trufla hann á meðan ég finn bás fyrir okkur."

Alan stundi og rak upp augun, en kinkaði kolli og sneri sér að einu af borðunum með Anne fyrir aftan sig.

Robert leiddi Susan lengra inn í herbergið að bás.

„Setstu niður Susy", þegar hann sá hana óörugga af því hvernig hún horfði á hann með allt andlitið fullt af rugli, skýrði hann. "Nei, þú þarft ekki að krjúpa hér í kvöld. Ég bað þig að setjast niður." Hann lyfti augabrúninni og hélt áfram: „ Ég segi þér hvað ég vil og hvenær ég vil frá lítilli þrælastúlku.

Kjóllinn gerði það að verkum að erfitt var að renna sér inn í básinn en hún settist fljótt niður og reyndi að vera þrællinn sem hann vildi á þessum stað.

Vör hans sveigðist í bros.

„Góð stelpa," muldraði hann þegar hann renndi sér inn við hlið hennar. "Nú, áður en hinir koma, segðu mér hvað gerðist í lyftunni, þú varst mjög föl."

Hvernig gat hann sagt henni að hann teldi að hún væri ekki nógu góð?

Að það myndi valda honum vonbrigðum miðað við stelpurnar hér.

Að hún væri bara ekki tilbúin í þetta.

Hann horfði á svipmikið andlit hennar þegar hún beit á vörina og sá kvíða hennar þegar augu hennar sópuðu um herbergið og aftur til hans.

"Treystu mér, Susy, það mun ekki meiða þig. Þetta er hluti af mínum heimi sem ríkjandi, hluti sem ég hélt að þú værir forvitinn um. Ekki satt?" Hún kinkaði kolli á meðan hún hélt áfram að bíta í vörina.

"Þú hefur glatt mig svo mikið undanfarna daga; þú hefur gert allt sem ég hef beðið um og tekið allt sem ég hef gefið þér. Þú hefur verið minn og ég gæti ekki verið ánægðari með það. Segðu mér nú hvað er rangt, Susy mín?" Tónn hans var ákveðinn og krafðist svara.

"Mig langar að þóknast þér, en..." hún hikaði.

„En hvað..." hann kinkaði kolli og hún skalf undir augnaráði hans.

Hún dró djúpt andann og sleppti kvíða sínum með straumi orða:

"Ég mun ekki passa hér inn. Allir munu vita að ég er ekki sannur þræll, þeir munu sjá að ég geri mistök. Ég er bara að læra allt það sem þú býst við í þræll. Ég ætti ekki að vera hér ."

Hún létti kvíða sínum með því að þagna aftur, óttaslegin augun hennar skoðuðu herbergið.

Hann reyndi árangurslaust að fela bros sitt þegar hann svaraði:

"Heldurðu að mér sé sama hvað þeim finnst hér? Eina áhyggjuefnið þitt ætti að vera að þóknast mér, þér ætti ekki að vera sama um neitt annað hér." Hann þagði áður en hann gætti varlega um kinn hennar, "Mér líkar að þú sért hér við hlið mér og að þú berir merki mitt á hálsi þínu. Þú munt ekki valda mér vonbrigðum, það er ég viss um."

Hann snerti gullmerkið í hálsi hennar þegar hún talaði.

Hún dró djúpt andann áður en hún hvíslaði.

"Já meistari".

„Þetta lítur vel út hjá þér, Susy," snerti hún fingurna yfir merkinu. "Engin önnur stelpa hefur klæðst þessu. Ég vil að þú sért mín og klæðist þessu til að sýna öllum hverjum þú tilheyrir."

"Já herra." Það var allt sem hún gat sagt.

Augu hennar stóðu á honum og reyndi að taka herbergið úr augnaráði hennar.

Ef ég gæti látið eins og þetta væru bara þeir, þá væri allt í lagi.

"Góð stelpa, þú ættir alltaf að segja mér áhyggjur þínar. Þú ert dýrmætur fjársjóður minn. Ég læt ekkert særa þig nema ég hafi skipulagt það þannig."

Hann brosti til hennar þegar hann nussaði hálsinn á henni.

"Vertu ekki hræddur Susy mín."

Hann hallaði sér niður til að kyssa varir hennar og sleppti hendinni til að kreista um lærið á henni þar til hún stundi.

Hann muldraði lágt:

"Þú ert minn og þú átt hér með mér."

Anne og Alan komu og slökuðu á loftinu þegar þau grínast skemmtilega með manninn sem þau höfðu nýlega talað við og forvitni þeirra um stelpuna sem Robert var með.

Á meðan þau hlógu hallaði Anne sér að Susan og hvíslaði lágt:

"Ég hafði satt að segja ekki hugmynd um að það myndi koma þér hingað svo fljótt, elskan."

Afgreiðslustúlkan kom með daðrandi brosi þegar hún heilsaði mönnunum og horfði leynt á Susan.

Ástandið eins og það var að þróast er það eðlilega sem hefði komið upp ef þau hefðu farið út að borða á öðrum veitingastað svo Susan slakaði á í frjálslegum samræðum.

Maturinn var afbragðs góður og þar sem hún sat við hlið Róberts, tuðraði hún stöðugt meðvituð um tappann í rassinum á sér og naut stöðugra strjúkra hans.

Í hvert sinn sem hann þrýsti læri hennar, hjólaði kjóllinn hennar hærra upp á fæti hennar, afhjúpaði hana, roðnaði og hryggðist meira eftir því sem hitinn streymdi um líkama hennar.

Hún leit upp til hans, dauft umhverfi veitingastaðarins gerði það að verkum að hann virtist yngri en hún vissi að hann var.

hans voru aðeins lægri en hún mundi eftir kvöldinu áður.

Hún titraði aðeins meira, það fór hrollur um hana.

Hún fann sjálfa sig að íhuga hvað hann gæti gert henni í kvöld með næstum ákafur eftirvæntingu.

„Guð minn góður, hvað er að gerast hjá mér," hugsar hún um leið og hún finnur fyrir blautum kisukrampa þegar hún ímyndar sér að brjóta hápunktinn með þessum manni í öðrum aðstæðum.

Hóra, sagði hún við sjálfa sig.

Robert hallaði sér að henni.

"Hvað ertu að hugsa litla stelpa? Af hverju ertu svona róleg?"

Þetta varð til þess að hún roðnaði djúpt, gat ekki talað, hún horfði á hann stórum augum áður en hún horfði á hina handan við borðið og blikkaði.

Anne kom henni aftur til bjargar og opnaði augun í sýndum hryllingi...

"Meistari Róbert, þú tókst burt undirskriftarbjöllurnar þínar!"

Afgreiðslustúlkan birtist á því augnabliki til að hreinsa matarleifarnar af borðinu á meðan Robert nam brjóst hennar og yppti öxlum.

„Glæsileg brjóstin hennar líta fullkomlega út eins og þau eru í þessum kjól."

„Ég stakk upp á því við Susan, daginn sem þú settir bjöllurnar á, að láta gata þær," brosti Alan. „Ég sýndi honum meira að segja Anne.

"Myndirðu gera það?" spurði Robert áhugasamur.

Susan horfði upp í roð og horfði upp í augu þjónustustúlkunnar og tróð sér óþægilega um leið og mennirnir neituðu frekari þjónustu.

"Meistari," hvíslaði Susan með semingi, "Umm, væri það í lagi ef," hún horfði á Anne sem man eftir orðum sínum í lyftunni, "má ég vinsamlegast fara í litla þrælaherbergið?"

"Anne getur tekið þig aðeins, nú förum við á píanóbarinn. Ég get séð Steve og John þar og mig langar að ná í þá." Hann horfði í augu hennar, "Ég vil ekki að þú farir þangað ein, Susy mín, eða einhvers staðar í þessum klúbbi. Aldrei, skilurðu?"

"Já herra."

Kvíðinn um hvar þau kæmu aftur í augu hans þegar hann stóð upp aftur.

Hans eigin efasemdir um að valda honum vonbrigðum.

Auðvitað vill hann ekki að hún geri eitthvað sem gæti skammað hann á klúbbnum sínum.

Þeir yfirgáfu káetuna.

Susan sléttaði kjólinn sinn eins vel og hún gat niður lærin á henni þegar hún fann hönd meistara síns umlykja hálsinn á henni og leiða hana í gegnum veitingastaðinn.

Það var miklu meira fólk þarna núna, flestir veifuðu til Alan og Robert þegar þeir fóru framhjá.

Sumir virtust bjóða þeim að borðum, en Robert veifaði til allra þegar hann hélt áfram að ganga yfir herbergið og leiddi Susan í átt að píanóbarsvæðinu.

Anne tók í hönd hans og kinkaði kolli til Roberts og leiddi Susan inn um hurð á bak við barinn þar sem ljósin ljómuðu í algjörri mótsögn við umhverfisljósið sem þau höfðu nýlega skilið eftir.

Susan hljóp næstum að klefanum þegar hún var við það að springa

Þessi var ekki með lás á hurðinni en henni var alveg sama, andvarpaði af létti þegar hún settist niður.

Anne sagði honum:

"Ég var ekki að ljúga að þér í hádeginu þegar ég sagði þér að þú þyrftir ekki að hafa áhyggjur af félaginu lengi. Það kom mér á óvart þegar hann sagðist ætla að koma með þig hingað."

Susan talaði hljóðlega,

"Ég er ánægður með að þú ert hér í kvöld, Anne."

"Ó, ekki þakka mér, elskan. Það var meistaranum mínum Alan að þakka. Hann krafðist þess að við kæmum yfir þegar hann komst að því."

Hún brosti þegar Susan kom út úr klefanum.

"Það eru margar bragðtegundir af ís í þessum heimi sem er ekki bara vanillan sem við höfum venjulega og sumar þeirra bragðast ekki mjög vel. Á þessum stað haltu þig við fólkið sem þú þekkir og treystir. Ekki hætta þér út á þína eiga."

„Nei, ertu það líka?“ truflaði Susan, „Er ég svo slæm í að vera þræll að þið hafið allar áhyggjur af því að skamma þá? Hún sneri sér að speglinum og virtist undrandi og áhyggjufull.

"Æ elskan! Nei. Alls ekki. Það er til að halda þér öruggum, elskan. Þú ert ný og áhugaverð fyrir fólkið hér og á meðan þetta," hún benti á borðar choker um hálsinn, "það er mjög fallegt og ætti að halda þú ert öruggur, þetta er bara hálsmen og fyrir suma minna samviskusama Dominants sem gæti stafað áskorun."

Susan andvarpaði.

"Ég bara skil þetta ekki allt og hvernig get ég það? Ég er ekki alvöru þræll."

"Ó elskan," Anne faðmaði hana fast. "Þú ert raunverulegri en margir sækjendur hér í klúbbnum. Þú vilt þóknast og trúðu mér að Robert sé mjög ánægður. Hann dýrkar þig, það er augljóst öllum sem þekkja hann."

Munnur Susan opnaði og augu hennar stækkuðu.

"Er ég það? Er það?"

Hún vissi að hann vildi hana, hann sagði það nógu oft, en Anne hafði sagt það svo eindregið að hún beit í vörina þegar hugurinn hrökk við aftur.

"Sæla Susan, það er svo margt að kanna og sjá í þessum nýja heimi fyrir þig að þú getur ekki vitað allt á einni viku. Robert hefur aldrei áður látið neinn komast nógu nálægt sér til að bera merkið hans. Þú ert mjög sérstök stelpa, en ef ég fæ hann ekki fljótt að skilja svo þú getir komist út aftur fljótlega, þá kemur hann hingað og kemur þér sjálfur út."

Susan roðnaði og brosti og sneri sér að speglinum og vildi að henni hefði dottið í hug að koma með varalit, en hvar í fjandanum ætti hún að fela hann í þessum kjól?

Tilhugsunin kom henni til að hlæja og Anne lyfti augabrún.

Susan hló meira og sneri sér við.

"Hvar ber þræll varalitinn sinn?"

Diane hló glaðlega og saman gengu þau út úr herberginu til að sjá Robert og Alan standa með hópi manna.

Augu hans lýstu upp og hann færði sig ákveðinn í átt að henni, lagði hlífðarhöndina um hálsinn á henni og sneri aftur að samtalinu.

Mennirnir horfðu á hana velþóknandi, og hún lækkaði augnaráðið þar til hún heyrði einn þeirra ávarpa hana.

Þegar hún leit upp gat hún ekki sagt hvort þetta væri Steve eða John Goodman, kolefnisafrit, svo hún var hrædd um að hún myndi gera mistök þegar Anne hljóp á eftir orð hennar:

"Halló meistari Steve."

Með létti fylgdi Susan strax í kjölfarið.

"Góðan daginn, meistari Steve."

Steve brosti til Alan.

"Stúlkan þín eyðilagði alla skemmtunina mína. Ég vona að þú útskýrir fínustu atriðin við að trufla meistara seinna."

hló Alan .

„Jæja, ég verð að fara og ná í þessa litlu stelpu heim áður en hún lendir í vandræðum fyrir allt þetta skemmtilega. sagði Robert. "Segðu bless Susan."

„Gott kvöld, herrar mínir," horfði hann loks á hópinn sem þarna var saman kominn.

„Við förum líka," svaraði Alan, „Helgarplön og allt það."

Saman gengu þau til baka í gegnum ganginn til að sækja yfirhafnir sínar og bíða eftir lyftunni.

Susan hvíslaði lágt:

"Þakka þér fyrir, Anne."

Anne brosti vandræðalega og Alan hallaði sér í eyrað á Susan til að hvísla upphátt:

"Þú hefðir verið í meiri vandræðum ef ég hefði ekki hjálpað þér."

Hann hló og hún leit upp til að sjá bros á öllum andlitum þeirra.

"Tvíburarnir eru sífellt að reyna að rífa upp grunlausar nýjar stúlkur með svona skemmtilegheitum. En þú munt læra að greina þær í sundur."

Hann blikkaði hana þegar þau komu inn í lyftuna.

KLÚBBURINN

Hann var hissa þegar Alan og Anne komu út þegar þau náðu jarðhæðinni, en þau héldu sig inni á ferð upp á þriðju hæð.

Þegar þau fóru, leit hún forvitnislega niður ganginn og fylgdi Robert þegar hann færði sig í átt að stórri hurð úr fáguðum, dökkum við.

Hann notaði sama kort og hann var með í lyftunni og setti það við hlið hurðanna og snerti nokkra lykla.

Hurðin var opnuð og hann gekk inn, tók í hönd hennar og dró hana með sér inn í myrkrið fyrir handan.

Hann sneri henni snöggt við, ýtti henni upp að veggnum við hliðina á hurðinni, hönd hans vafðist þétt um háls hennar án þess að vera kreist.

Hún andvarpaði og augun blikkuðu í myrkrinu þegar hann hélt henni kyrrri .

Hún fann hann koma nær halda henni með líkama sínum og hallaði höfðinu upp til að sjá hvort hann væri reiður út í hana.

Munnur hans steig niður á hana, kyssti hana djúpt og dró andann af ástríðu.

„Svo fallegt," sagði hann.

Hann kyssti hana aftur, hendur hans tóku af sér úlpu hennar áður en hann fór að brjóstum hennar.

Fingur hans fundu viðkvæmu hnúðana í gegnum efnið, nafðu og fann hvernig hún andaðist inn í kossinn hans.

Hann sneri þeim.

Hún svaraði honum með kvörtunartónlist í eyrunum.

Hendur hans fóru upp með hliðum hennar og um botn hennar, drógu hana harðar að sér, þrýstu henni að maganum á honum þegar hann hnoðaði bakið á henni.

Hann urraði inn í munninn á henni, tók hana upp og færði sig hratt inn í dimma herbergið og sneri henni í fanginu.

Hann setti hana aftan á hægindastól, botninn upp og höfuðið stutt á púða.

Hún stundi og hryggði sig til að ná jafnvægi.

Hendur hennar hvíldu við hliðina á höfði hans þegar hendur hans lágu niður læri hennar, lyftu kjólnum hennar yfir botninn og lét hann hanga fyrir framan sig.

Hönd hans barðist í botn hennar skyndilega og fékk hana til að stynja í myrkrinu.

Hélt á mjöðm hennar til að halda henni stöðugri með annarri hendinni, hin ferðaðist niður skarð á botninum, þrýsti niður á tappann sem hún var enn með áður en hún færði sig yfir í kútinn sinn.

"Svo blautur , litla refur, svo þarfnast snertingar meistara þíns."

Hann heyrði hana draga djúpt andann þegar fingur hans stríttu henni með því að nudda létt yfir bólgna snípinn hennar.

Mjaðmir hennar rúlluðu um hönd hans þegar hann dró sig til baka til að skella botninum upp aftur.

Harði haninn hans hreyfðist á móti henni og hreiðraði um sig í hryggnum á botninum á henni þegar hendur hans hlupu um líkama hennar og ýttu kjólnum lengra upp líkama hennar þar til hann krumpaði um axlir hennar og hélt handleggjum hennar á sínum stað við hlið hennar á höfði hans.

Hann dró hendurnar yfir rifbeinin á henni og fann hvernig hún þeystist á móti sér þegar hann þrýsti harða hananum sínum að botni hennar.

Þörfin fyrir hana var svo sterk.

Hann bakkaði aðeins, sló rassinn á henni aftur, sem olli hlátri á milli andvarpandi stynja hennar.

Hann skildi fingurna frá kinnunum og leitaði aftur að tappanum.

Í huganum gat hún séð þéttasta gatið sitt teygjast og standa gegn.

Þegar hann sleppti tappanum hægt og rólega, setti hann minni fingur sinn aftur í smá stund, aðeins til að finna að vöðvarnir grípa og herðast eftir að hafa verið haldið opnum svo lengi.

Myrkrið í herberginu umvafði hana og jók önnur skynfæri hennar þegar hann strauk, strítti og sló líkama hennar sífellt heitari.

Roðinn sem hitaði upp andlit hennar blómstraði án þess að hann sást þegar hann tók tappann úr rassinum á henni.

Fingur hans dvaldi þar í nokkur augnablik áður en þeir drógu sig til baka til að slá á hana aftur.

Ó, guð, hugsaði hún, hvernig getur þessi maður fengið líkama minn til að syngja af slíkri ánægju við sársaukann sem hann veldur mér?

Mjaðmir hennar rúlla fyrir meira þegar nærbuxurnar falla á stólinn og á miskunn hennar.

Hann gat ekki haldið aftur af sér lengur, íhugun hans á henni allan daginn hafði aukið hitaþörf hans.

Hann tók skref til baka, losaði beltið og lét það dingla úr lykkjunum þegar hann losaði það og lokaði hinni hendinni til að berja hinn fullkomna uppsnúna rass hluts þrá hans.

Á milli högga dró hann niður buxurnar og nærbuxurnar og ýtti þeim til hliðar með skónum.

Hún öskraði dásamlega, líkaminn skalf af hita og þörf við hvert högg.

Hann taldi að beltið sem dinglaði úr buxunum hans gæti verið gagnlegt, en gróf notkun hennar á því kvöldið áður stöðvaði hann.

Hann tók skref fram á við til að þrýsta á hana aftur þegar hann tók af sér bindið og skyrtuna.

Hún andvarpaði og augun stór í myrkrinu þegar hún fann fyrir því.

Hugur hennar hljóp af myndum af hananum sem hún hafði haldið í munni og hálsi.

Það var risastórt og hart og svo heitt gegn hinni nú þegar skafandi húð botnsins.

Mjaðmir hennar rúlluðu, hún fann sjálfa sig að viðurkenna að hún vildi þetta, æst ástand hennar gerði hana þörf.

Hún hafði stöðugt hugsað um það og velt því fyrir sér hvernig það væri að vera stjórnað og ríðað af meistara sínum.

Þegar hann var nakinn dró hann sig frá henni.

Hún stundi af vonbrigðum og mjaðmir hennar snerust að honum.

Hann brosti til hennar og sló hana harkalega á bakið.

"Svo þurfandi litla tíkin mín. Segðu mér hvað þú vilt, hvað þú þarft."

Hann færði sig að höfði hennar og teygði sig niður til að fjarlægja kjólinn hennar og reif hann næstum yfir höfuð hennar og handleggi, lyfti höku hennar þannig að andlit hennar sneri að hans.

"Biðjið meistara þinn um það sem þú þarft."

Hún fann að andlitið rann tíu tónum af rauðu dýpra þegar hún horfði inn í myrkrið, og fann skuggamynd sína þakklát fyrir að geta ekki séð andlitslitinn þegar hún kyngdi fast.

Myrkrið gerði hana hugrakkari en hún hefði getað séð andlit hans, svo hún hvíslaði:

"Ég vil finna þig innra með mér".

"Hér?"

Hann spurði að strjúka um vörina á henni og renna fingri inn í andardráttarmunn hennar.

Hún hristi og kinkaði kolli á sama tíma og lét það líta út fyrir að hún væri að fara um í litlum hring.

"Með skýrum orðum, hóra, segðu mér hvað þú þarft."

Ofhitinn hugur hennar beygðist að vilja hennar þegar hann kallaði hana hóru og hún lét þörf sína fyrir hann spretta upp, grátandi.

"Vinsamlegast, meistari." Hún kyngdi aftur, "Vinsamlegast ríða mér. Ég vil finna þig," rödd hennar féll niður í hvísl, "inni í mér."

"Hvernig gat húsbóndi neitað þræli sem biður svo blíðlega?"

Hann hélt höfði hennar lengra upp, hallaði sér inn og kyssti hana innilega þegar hendur hans þrýstust að púðanum fyrir neðan og héldu henni að sér.

„Hvaða góð stelpa," sagði hann.

Hann rétti úr sér, andlit hennar nálægt nára hans í þessari stöðu og hann nuddaði hananum sínum yfir vörina á henni og fann hana sleikja með semingi.

Hann stynjaði og gaf hananum sínum inn í munninn sem var viljugur og lét hana smakka það.

Hún rúllaði sér og fletti tungunni, naut bragðsins af honum þegar fingurnir þræddu hana í gegnum hárið, kipptu því frá nælunum sem höfðu haldið því á sínum stað alla nóttina og vafði því um hnefana hennar.

Hann hélt höfðinu á henni þar sem hann þurfti að færa hanann inn og út úr sjúgmunninum hennar, sem gerði hana að gagga þegar hann færðist dýpra.

Löngun hans rak hann, urraði lágt:

" Þú ert mín, hóran mín, þrællinn minn, Susy mín, mín". Hann fór dýpra í hverja setningu og ýtti henni inn og naut hljóðsins og tilfinningarinnar.

Hann dró sig snögglega frá munni hennar, langir munnvatnsþræðir dingluðu óséðir á milli þeirra og féllu á púðann á stólnum um leið og þau töpuðu báðir tötrandi.

Hann leysti hendurnar úr hári hennar og færði sig aftur á bak við hana og sló skjálfandi rassinn á henni.

Hann stýrði hananum sínum í átt að henni hægt og rólega og naut spennunnar í blautri kisu hennar þegar hann hallaði henni yfir stólinn.

Höfuð hennar lækkaði aftur að púðanum þegar hann ýtti síðasta tommunni af hananum inn í hana.

Hann teygði sig fram og greip hár hennar í lausan hestahala til að lyfta henni aftur og upp að honum.

Hún stundi og andvarpaði þegar hann kom inn.

" Pislinn hans er of stór, of stór."

Hugur hennar greip hana um leið og hún fann hvernig hann dreifðist innra með sér með blöndu af sársaukafullri ánægju streyma um hana þegar hann fyllti hana meira og meira.

Ég fann það svo innst inni.

Hann urraði, höfuðið lækkaði niður í boltann aðeins til að kippast upp við hárið á henni þegar hann þvingaði allan hanann djúpt inn í líkama hennar.

Snörp togið í hárið sendi frá sér blendnar tilfinningar þegar hún fann sjálfa sig með kisuna sína fulla á sama augnabliki.

Líkami hennar naut öldu stórkostlegrar tilfinningar sem streymdu í gegnum hana.

Hann fann að mjaðmir hennar hreyfðust, vissi að hún væri tilbúin, og slakaði á henni aftur hægt og rólega.

Líkami hennar spenntist þegar hún lagaði sig að stærð hans, færðist hægt inn og út, stynur hennar syngjandi til hans .

Hann hafði loksins vikið fyrir þörf sinni og girnd.

Hann byrjaði að ríða henni harkalega með því að nota hárið til að draga hana að sér þegar hann sló litla líkama hennar.

Frjáls hönd hans greip um mjöðm hennar.

Fingur grófu djúpt í hold hennar, styn hennar breyttust í neyðar- og ánægjuóp.

Hann hristi höfuðið aftur og öskraði:

"Komdu, tík, komdu eftir húsbónda þínum. Gefðu mér það sem ég vil."

Ögnið fór í gegnum líkama hennar, orðin skipun þegar hún bognaði bakið, líkami hennar ruggaðist af losunarbylgjum sem þegar öskraði þegar fullnægingin skall á hana.

Hún fann fyrir krampa eftir krampa þegar kisan hennar dróst saman í kringum skaftið hans sem var grafið djúpt í líkama hennar og pulsaði með eigin losun.

Hann sleppti hárinu á henni og hneig niður í andardrátt hennar eins tötruð og hún, muldraði þegar blóðið dældi í eyrun hans.

"Mín."

Augnabliki síðar hreyfði hann líkama hennar.

Hann dró hana að brjósti sér og hneig niður á gólfið og hélt henni í kjöltu sér, hani hans enn grafinn inni í henni.

Hún hallaði höfðinu að brjósti hans og heyrði hjarta hans slá hratt og næstum purra þegar hann strauk enn skjálfandi líkama hennar.

Hún horfði undrandi á hann og hvíslaði:

„Takk, kennari".

Jafnvel í myrkrinu sá hann augu hennar brosa til hans þegar hann hallaði sér inn og kyssti hana djúpt.

SPURNINGAR OG SVÖR

Susan var að teygja sig og velti sér á stóra rúminu.

Hann hafði vakið hana þegar hún var í sturtu.

Það var snemma en hún þurfti samt að komast aftur í íbúðina sína og pakka fyrir langa akstur til heimabæjar sinnar og afmælisveislu foreldra sinna.

Þetta hafði verið þreytandi nótt, meistari hans virtist hafa takmarkalausa orku.

Þó hann hafi leyft henni að hvíla sig aðeins, hafði hann stöðugt verið að vekja hana aftur til að lífga upp á huga hennar og líkama með einstakri blöndu af ánægju og sársauka sem hann lagði hana fyrir.

Hún hafði misst töluna á fjölda fullnæginga sem hristu líkama hennar áður en hún var loksins örmagna og hann leyfði henni að sofa.

Sérhver vöðvi verkjaði þegar hann hélt áfram að teygja sig og hlustaði á sturtuhljóðið í næsta herbergi.

Hann gat ekki hamið sig lengur og reis fram úr rúminu til að finna annað baðherbergi til að draga úr þvagþörfinni.

Hann gekk mjúklega inn í stofuna, leit í kringum sig og tók eftir stóru stólunum, einn þeirra hafði verið þar sem hann hafði hallað sér og tekið við í fyrsta skipti kvöldið áður.

Hann horfði á ruslið sem var dreift á gólfið, fötin sín, reipi af mismunandi lengdum og úrval af leikföngum og gripum sem hann hafði fundið frekar en séð á langa nóttinni.

Hann lyfti skyrtunni af gólfinu og fór í hana, fann eldhúsið og tvo stóra skápa áður en hann loksins fann annað baðherbergi á litlum gangi frá aðalherberginu.

Hún horfði á sjálfa sig í speglinum þegar hún þvoði hendur sínar og andlit og velti fyrir sér breytingunni sem hafði orðið fyrir hana á aðeins viku.

Daufar línur merktu brjóst hennar og læri, og hún var viss um að bakið á henni væri net af þverbrotnum línum, þó að hún gæti ekki snúið nógu mikið til að sjá til fulls ummerkin sem meistari hennar hafði skilið eftir á henni.

Hún renndi fingrunum í gegnum hárið og reyndi að temja óstýrilátu krullurnar með því að binda þær í hnút fyrir aftan höfuðið.

Hann yfirgaf baðherbergið og sneri aftur inn í aðalherbergið.

Hún hafði ekki hugmynd um til hvers var ætlast af henni hér á þessum stað.

Allar leikreglur hennar höfðu snúist um skrifstofuna og vinnuna, svo hún byrjaði að safna föstum hlutum sínum frá kvöldinu áður.

Hún áttaði sig á því að hún vissi ekki hvar allt annað ætti heima og staflað afganginum snyrtilega á borðið.

Þegar hún fann símann sinn, kveikti hún á honum og skoðaði skilaboðin sín þegar hún gekk inn í eldhús.

Mjög vel búið eldhús.

Þegar hann opnaði ísskápinn, fann hann hann furðu vel birginn og saup á djús, lokaði hurðinni.

Susan teygði sig í glas þegar hún hélt áfram að hlusta á skilaboð frá móður sinni í dramadrottningarhamnum sínum.

Allt ruglið hennar og efasemdir fóru að koma upp í huga hennar þegar skilaboðunum lauk og hún valdi næsta.

Það var móðir hennar aftur, enn dramatísk en óendanlega ánægðari, þar sem hún talaði um að veitingafyrirtæki kæmi klukkan sex á morgnana til að setja upp tjöld og lýsa.

Susan fékk sér sopa af safanum sínum og áttaði sig á því að hún yrði að horfast í augu við foreldra sína í dag með manninum sem hún kallaði nú meistara.

Hann velti því fyrir sér hvort sektin og skömmin myndu skolast yfir hann aftur ef hann sæi konu sína þar.

Susan vissi að þau bjuggu ekki saman sem hjón, en þau voru samt gift.

„Hvernig endaði ég svona, í þessum leyniheimi framhjáhalds og þrælahalds." hvíslaði hún að sjálfri sér.

„Ég er klár stelpa, ég er með háskólagráðu og ég hélt að ég væri ekki barnaleg, ja, ekki fyrr en í þessari viku." Hugur hennar reikaði aftur til vikunnar og alls sem hafði gerst.

Sýnir kvöldsins áður, klúbburinn og sú mikla notkun sem hann beitti honum eftir að hafa verið þar, komu í augnabliks stað áhyggjum hans.

Á meðan fylltu minningarnar líkama hennar hita og löngun og aðrar spurningar fylltu huga hennar.

"Myndi þetta allt vera búið eftir vikuna? Er það það sem hún vildi? Er það það sem hann vildi?"

Hún sat við afgreiðsluborðið og sötraði safann sinn og hélt áfram í næstu skilaboð í símanum.

Augu hans stækkuðu við hljóðið í rödd Harrys.

Hún hafði varla hugsað um hann þessa vikuna og sektarkennd skolaði yfir hana aftur eins og hella þegar hún heyrði rödd hans í barnalegum hálftóni biðjast afsökunar á því að hafa gleymt veislu foreldra sinna og að hann gæti komið aftur snemma í dag og farið með hana í partýið ef hún langaði til.

"Ó elskan," hugsaði hann, "nei! Það væri að brjóta reglur meistarans."

Hennar eigin hugsun kom henni á óvart, reglurnar voru orðnar hluti af hennar heimi og hún gat ekki skilið hvers vegna fyrstu hugsanir hennar voru að hafa áhyggjur af því að óhlýðnast reglum meistarans og sjá Harry aldrei aftur.

Tilhugsunin hristi ótryggt tök hans á eigin veruleika og hann hlustaði á tvö skilaboð til viðbótar frá vinum áður en hann fór aftur á skilaboð Harrys og hlustaði á þau einu sinni enn og reyndi að ákveða hvort hann ætti að svara eða ekki.

Hún beit í vörina á sér og hélt símanum í hendinni og horfði á hann með hugulsömum svip þegar hún skynjaði nærveru hans og leit upp, hún hoppaði sekur þegar hún sá hann halla sér upp að hurðarstönginni og horfa á hana.

"Hvað ertu að gera litla stelpa?" hann brosti til hennar þegar hann sá rautt andlit hennar.

„Ég er bara að athuga skilaboðin sem ég missti af í gærkvöldi, meistari," stamaði hann.

"Ó, og hvernig hefur móðir þín það þennan fallega morgun? Þú ættir að hringja í hana aftur og láta hana fylla þig í allt dramað."

„Hann skildi eftir mig fleiri en ein skilaboð, ég held að ég sé uppfærður."

"Hún þarf greinilega að tala við þig Susy, hringdu í mömmu þína."

Rödd hans varð opinber og hún leitaði í símanum sínum til að finna númerið.

„Já, meistari," muldraði hann og ýtti á hringitakkann.

Susan hefur varla veitt móður sinni athygli síðan hún byrjaði að tala, horft á meistara sinn fara auðveldlega um eldhúsið á meðan hann bjó sér til svart kaffi og ristað brauð sem hann stráði möluðum kanil og sykri yfir.

Hann bar glasið hennar og drykkinn og matinn að litla borðinu í tveimur ferðum, á meðan hún horfði á líkamsbyggingu hans aðeins hálfpartinn hlusta á móður sína.

Einungis klæddur bláum gallabuxum, sólbrúnt ólífuhúð hans lét hann líta út fyrir að vera vöðvastæltur og yngri en hún hafði haldið.

Hann sá greinilega um sjálfan sig og ólíkt öðrum mönnum á hans aldri hafði hann enga kvið og ekki einu sinni gráa keim.

Hún reyndi að muna hvenær síðasta afmælið hennar hafði verið.

"Hann er vinur föður þíns, hann gæti ekki verið miklu yngri, ekki satt?" Hún velti fyrir sér um leið og móðir hennar hóf aðra tízku í eyra hennar.

Hann sneri aftur til hennar og tók í hönd hennar og leiddi hana að borðinu og leiddi hana til að krjúpa við hlið stólsins hans.

Eins tignarleg og hún gat verið meðan hún hélt símanum að eyranu, kraup hún fyrir framan hann og hann færði stólinn sinn þannig að hann væri á milli hennar og borðsins.

Þar sem hún skynjaði yfirráð hennar og meðfylgjandi tilfinningaátök, sagði hún að heimsókn á baðherbergið væri afsökun til að stöðva histrionics móður sinnar og lagði á.

Hann stillti hnén á henni frekar með fætinum og hallaði sér niður til að draga skyrtuna sem hún hafði farið í áðan og afhjúpaði líkama hennar fyrir augum hans.

"Allt í lagi heima, litli?" Hann brosti þegar hann reif horn af ristuðu brauðinu og rétti henni það.

Hann ranghvolfdi augunum áður en hann festi þau við matinn og gleypti munninn.

Svaraði:

"Þú veist mömmu, hún elskar að vera miðpunktur leiklistar eins og dramadrottning, vissirðu að það var búið að útvega veitingahús?" Hann brosti og kinkaði kolli. „Jæja, nú snýst allt drama hennar um undarlegt fólk í húsinu hennar, sérstaklega skrítið fólk í eldhúsinu hennar. Hann stoppaði og hló. "Jafnvel ég má ekki elda þar án hans eftirlits."

Robert hló og ímyndaði sér smávaxna konu af ítölskum ættum bera kökukefli að fólkinu sem er að ráðast inn í eldhúsið hennar.

Aumingja Paul, hugsaði hún þegar hún sagði næstu hugsun sína:

„Faðir þinn mun geta ráðið við það þangað til þú kemur þangað, ekki hafa áhyggjur litli."

Hann tók annan bita og strauk hendinni niður háls hennar að öxl hennar.

"Þú ert svo falleg Susy mín."

Hún kyngdi fast og fór að bíta í vörina og eins og hún gerði oft þegar hún hafði áhyggjur skolaðist angist yfir hana og hugsanir hennar urðu dimmar og áhyggjufullar.

"Hvað er að, Susy mín?"

Hún beit meira á vörina þegar hún hugsaði um allt það sem var að og spurningarnar sem kvöldu hana.

Veislan var í kvöld, það var ýmislegt sem hún þurfti að spyrja um og hún gagnrýndi sjálfa sig fyrir að hafa áhyggjur af því að styggja hann.

Það gæti allt verið búið eftir helgina eins og hún vissi.

Hann dró djúpt andann og byrjaði:

"Í kvöld verðum við heima hjá foreldrum mínum og djammi. Ég get bara ekki krjúpað fyrir skipun þinni þar, þau myndu ekki skilja. Ég held ég myndi ekki skilja það heldur, ég meina ég vil þóknast þér, í alvöru, en ég gat það ekki og þú sagðir að vikan yrði ekki búin fyrr en á mánudaginn."

Hún stoppaði í andann og beit á vörina þegar hún horfði á hann.

"Sæli þræll minn, enginn þarf að vita hvað við höfum gert í þessari viku sem við viljum ekki að þeir viti. Þú ert minn og þú munt haga þér í samræmi við það, ég er viss um. Treystu mér, ég myndi aldrei setja þú eða orðstír þinn í hættu, en ég vildi." þú munt gera sem ég bið. Ég er meistari þinn og fallega stúlkan þín er nú þræll mín."

Hún blikkaði þegar hún reyndi að skilja orð hans, rugl í andliti hennar.

"En..." byrjaði hún.

"Susy". Hann sagði kröfuharðri röddu: "Þú verður að treysta mér. Hér á skrifstofunni og meðal fólks í þessum "lífsstíl" muntu bregðast við með allri þeirri kennslu sem þú hefur fengið í þessari viku." Hún þagði: "Hjá fjölskyldu og vinum og þeim sem þú bentir á svo viðeigandi að þeir myndu ekki skilja, þá verða mismunandi reglur, allt frá hollur persónulegur aðstoðarmaður til virðingarfulls vinar."

Rödd hans var valdsöm og hún kinkaði kolli án þess að hugsa, en hélt áfram að bíta í vörina á sér þegar hugur hennar hvarf frá orðum hans.

Þögnin rétti úr sér þegar hún hugsaði og reyndi að átta sig á aðstæðum sínum.

"Susy talaðu við mig." Hann rak það.

— Verður konan þín þarna? Hún muldraði og hiti fyllti andlit hennar.

"Já, sama og ég. Þú veist það nú þegar."

"Ég..." Hún beit á vörina, "Það sem ég meina er, hvernig á ég að horfast í augu við hana eftir það sem við höfum gert í vikunni? Þú hefur gert mig að þræl þinn, elskhugi þinn, ef þú vilt."

Skömm og sektarkennd fylltu andlit hennar dökkum kinnalitum.

"Þú hefur áttað þig á því að við höfum ekki búið saman í mörg ár, þú hefðir jafnvel átt að vita það fyrr. Við giftum okkur vegna þess að fjölskyldur okkar vildu það, af sömu ástæðu og við eignuðumst barn. Við erum vinir, hvorki meira né minna. Ég hef gaman af fínni BDSM ánægjunni og mín kæra eiginkona hefur sínar ánægju. Við berum virðingu fyrir hvort öðru á svæði þar sem við tökum ekki þátt í hlutverki hvors annars, skulum við segja. Þetta er ekki eitthvað sem þú þarft að hafa áhyggjur af."

Susan var hissa.

Allur þessi tími að þykjast vera hamingjusamlega giftur var allt til foráttu, svo hvers vegna að nenna?

Ástandið var ekki lengur svo alvarlegt.

Hún hugsaði um foreldra sína og uppeldi við Miðjarðarhafið sem móðir hennar hafði fengið og gerði sér grein fyrir hvers konar hindrunum hún hefði haft, en svo sannarlega ekki lengur.

Hún sat og beit á vörina og hugsaði um að segja eitthvað þegar hann bauð henni annan bita af kanil-sykri ristað brauð.

„Af hverju að vera gift ef slík virðing á ekki lengur við."

„Það er ekki þinn staður að efast um hvað ég geri, treystu bara því að ég viti hvað er best og hlýðið mér, Susy.

Það var brún á rödd hans og augu hennar stækkuðu þegar hún áttaði sig á því hvernig það sem hann var að segja hefði hljómað.

Hún opnaði munninn til að biðjast afsökunar.

Hann hló dálítið að henni þegar hún tók til sín orð hans, íhaldssamt uppeldi hennar hafði gefið henni mjög takmarkaða sýn á heiminn og þörf hennar fyrir yfirráð var í stríði við það sem hún hafði verið alin upp við að vera rétt.

Hann sá hana hrökklast við tón hans þegar hún áttaði sig á mistökum sínum, svo hún hélt áfram:

"Ég hef aldrei séð þörfina á að skilja, ég lifi mínu eigin lífi. Hvernig ég vil, og með hverjum ég vil. Tengslin milli meistara og þræls hans eru miklu sterkari en blað sem lýsir því yfir að þú hafir verið giftur eða fráskilinn."

Hún beit taugaspennt á vörina við harðan tóninn í rödd hans og lækkaði augnaráðið.

„Sæla litla Susy mín," byrjaði hann. "Ég dýrka þig, ég þarfnast þín, ég vil hugsa um þig, vernda þig, veita þér ánægju eins og þú hefur aldrei haft áður. Ég vil að þú sættir þig við hver þú ert, stelpa sem hefur gaman af reglum og reglu, sársauka og ánægja og stelpa sem þarf kennara". Hann greip um hökuna og varð til þess að hún horfði á hann, "Það er allt í lagi að vera hreinskilin við sjálfa þig, ég skil áhyggjur þínar af þessari helgi, en gerðu ekki mistök, ég mun ekki þola barnalegt vesen eða að ákvarðanir mínar séu dregnar í efa. Þú verður að treysta þessu : Ég veit hver ert þú og hvað ert þú þræll minn og ég mun bregðast við í samræmi við það".

Hún hafði sogið í sig neðri vörina og var að bíta í hana aftur áður en hann kláraði.

Hann ýtti skyrtunni sem hann var enn í yfir axlir hennar og handleggi, sagði einfaldlega „Hendur" og hún lyfti höndunum til hans.

Hann teygði sig yfir borðið til að ná í reipi úr haugnum sem hún hafði komið fyrir áðan.

Hann batt þá fast í flókna hnúta áður en hann rétti fram höndina og vafði hendi um háls hennar til að draga hana á fætur þegar hann reis upp.

"Ég er meistari þinn, ekki aðeins vegna þess að ég elska þig, heldur vegna þess að þú þarft á mér að halda."

Hann bakkaði hana að innganginum á litla ganginum sem lá að baðherberginu, lyfti höndum hennar og þræddi endann á kaðlinum í gegnum snjall falið auga á toppi bogans.

Hann strauk um andlitið á henni þegar hún horfði á hann og hallaði sér inn til að kyssa hana djúpt, fingur hans stríddu geirvörtum hennar áður en hann dró sig snögglega í burtu og strauk mjúka húð títtlingsins eftir og skildi eftir handmerki hans glitra á húð hennar.

"Þú munt treysta mér, þræll minn." hann barði henni aftur brjóstin. "Þú munt sætta þig við að ég hef ástæður fyrir öllu sem ég geri." Hendur hans héldu áfram að hita hold hennar og senda öldur af sársauka í gegnum hana, "Þú munt ekki efast um ákvarðanir mínar aftur."

Hann dró sig frá henni þegar tár féll á kinn hans.

"Við getum talað og við munum tala, auðvitað." Hann sagði: "Ég hvet þig til að leita upplýsinga, en þú munt EKKI gagnrýna ákvarðanir mínar með því að efast um mikilvægi mitt fyrir aðra. Ég hélt að ég gerði það ljóst í gærkvöldi að eina áhyggjuefnið þitt er að þóknast mér. Hvað aðrir gera eða hugsa ekki um þessi mál skiptir okkur ekki máli eða klípa".

Hann opnaði lítinn skáp þar sem hún hékk, færði nokkra kassa út að framan og dró upp fiðrildalaga titrara.

Hann vafði teygjunni snöggt um lærin á henni og þrýsti henni fast á milli fellinganna á kisunni svo hún festist við snípinn áður en hann kveikti á henni.

Suð fiðrildsins fékk hana til að stynja og hoppa þegar hann kveikti á því í hæstu stillingu og sneri aftur inn í skápinn.

Hún nötraði af tilfinningu þegar hann klæddi ökkla hennar í mjúku leðri.

Hún festi þá síðan við litla dreifistöng sem fætur hennar klemmdu niður til að þrýsta fiðrildinu kröftuglega að bólgnum snípinum og lét hana stynja og togaði í böndin.

„Svo heit lítil drusla". Hann muldraði um leið og hann færði fingurna inn í blauta holuna hennar og opnaði hana með tveimur fingrum sínum.

Hún fann hvernig vöðvarnir hans herðast þegar hann færði þá hægt inn og út úr henni.

Hún var taugaspennt þegar hann dró allt í einu fingurna til baka og hvíslaði:

"Ekki ennþá, þurfandi hóran mín."

Þegar hann leit inn í skápinn íhugaði hann innihaldið.

Hann varð að vera varkár þegar hann merkti hana, þar sem búningurinn sem hann hafði valið á hana í kvöld myndi vera nokkuð afhjúpandi.

Hann sneri sér aftur að henni og klemmdi um geirvörturnar hennar, vitandi að henni myndi líða lítið í fyrstu þar til hann kreisti þær.

Hann útskýrði fyrir henni, þegar hann kreisti þau og stynin hennar jukust, hvað hann væri að gera og hvernig hægt væri að stilla geirvörtuklemmurnar fyrir mismunandi þarfir.

Líkami hennar skalf og þunnur svitagljái var farinn að gera vart við sig þegar hún fann að langir sársaukastrengir lyftu sér hægt og rólega upp að brjóstunum og sameinuðust hrífandi ánægjunum sem herjaðu á snípinn hennar.

Hann tók skref fyrir aftan hana og strauk um hringlaga, stífan botn hennar.

Hann gat ekki beðið þar til hann hafði þjálfað hana nógu mikið til að taka þessa freistandi þröngu holu.

Kannski í dag myndi hún gera vel með minni tappann til að opna stærðina aðeins.

Hann brosti og hlustaði á andvarpandi andvarp hennar.

Hann tók litla, mjúka rúskinnssvipu upp úr bakvasanum.

Hann hallaði sér inn í eyrað hennar og muldraði:

"Þú veist hvers vegna þér er refsað, litli. Þú verður að treysta mér."

Rödd hans var nánast urrandi þegar hann sagði síðast.

Hann bakkaði aðeins og byrjaði að sveifla handleggnum í slíkri hreyfingu að átta armar svipunnar fóru yfir mjóbakið og rassinn.

Pískandi varlega í fyrstu, en harðari með hverjum snúningi handleggsins.

Húð hennar varð úr hvítri í bleik og úr bleiku í rauð þegar hún öskraði á hann:

"Þú þarft þetta, litla drusla. Þú þarft meistara sem þekkir þig. Hver veit hvernig á að refsa þér, hvernig á að nota þig, hvernig á að veita þér ánægju og sársauka og hvernig á að láta þig koma harkalega."

Hann hætti að berja hana, stakk tveimur fingrum í kútinn hennar og hún grenjaði af neyð.

"Vinsamlegast meistari, já. Plís, ég verð að klára núna." Mjaðmir hans hreyfðu mig og nuddaði hendinni á honum. "Ég þarf það, ég vil það, vinsamlegast meistari."

"Já, þurfandi litla drusla mín. Komdu fyrir meistara þinn, þræll MINN. Komdu núna og sýndu meistara þínum hversu ánægður þú ert að koma til mín."

Fingur hans dældu inn og út úr henni þegar hún stundi og kipptist við aðhaldi hennar.

Kisan hennar festist við fingur hans þegar hún dreypti á hönd hans.

Hann teygði sig í kringum hana með hinni hendinni, losaði um geirvörtuna á henni og naut þess að stynja af sársauka.

Hann tók upp klemmurnar áður en hann togaði í snöruna sem hélt höndum hennar á sínum stað, tók hana þegar hún ruggaði líkama sínum í langþráðri fullnægingu, lyfti henni upp og bar hana að borðinu.

Hann hallaði henni yfir borðið og horfði niður á rauðan botn hennar og blaut læri um leið og hún yppti öxlum fljótt úr gallabuxunum.

Hann kom hratt inn í hana án þess að hika og byrjaði að fokka henni djúpt.

Hann dreifði höndunum yfir rauða rassinn hennar og fingurnir hans, klístraðir af safanum hennar, renndu þeim utan á rassinn á henni.

Hann lét fingri hægt niður í þrönga holuna.

Hún var stynjandi og andköf þegar hann þrýsti fast í hana og ruggaði líkama hennar þungt við borðið.

Fingurinn hans hélt áfram að veifa djúpt inn í rassinn á henni.

Hann öskraði á hana:

"Hver á þrælinn þinn?"

Hún öskraði hás:

"Þú, þú átt mig." Hún stamaði stynjandi þegar hann stakk í hana aftur, hart, "Þú drottnar yfir sjálfum þér."

"Komdu aftur ásamt drusla MÍN ásamt aftur fyrir meistara þinn."

Hann rétti fram lausu höndina til að grípa í hárið á henni og lyfti höfði hennar þegar hún öskraði upphátt með seinni fullnægingunni sem endurómaði djúpt öskur hans þegar hann fyllti hana af eigin sæði.

Hann hneig ofan á hana með þungum andardrætti og var þannig um stund þar sem hann fann að líkami hennar hristist hægt undir sér af fullnægingu hennar.

Hann tók þyngd sína af henni, leysti strengina úr höndum hennar áður en hann dró loks út úr henni og teygði sig niður til að losa ökkla hennar.

Hún lyfti og strauk hárinu varlega af andliti sínu og muldraði: "Góð stelpa".

Hann leiddi hana inn á baðherbergið og kveikti á sturtunni fyrir hana áður en hann lét hana þrífa.

Hún lagði leið sína í sturtuna á skjálftum fótum og settist á brúnina og lét vatnið hellast yfir sig í nokkrar mínútur á meðan hún jafnaði sig.

„Ég gaf henni ótrúlegar fullnægingar, var það bara vegna sársaukans? Var það hvernig hann stjórnaði huga sínum og líkama? Var ég að gefa honum það sem hann vildi, þóknast honum?" hugsaði hún um leið og vatnið rann niður fætur hennar.

Hún vissi bara að hann sló í gegn í hvert skipti og að hún endaði með þessa náladofa og svífandi á skýi fullnægjandi sælu.

Hún stóð upp og þvoði sér og lét fingurna sitja yfir aumar geirvörtunum og rassinum á meðan hún hugsaði um það sem hann hafði sagt.

Að standa frammi fyrir fjölskyldu sinni og vinum eftir vikuna sem hann hafði átt væri í besta falli erfitt, sérstaklega með meistara hans þar.

Þeir myndu bara ekki fá það, hún sjálf myndi ekki fá það ef allt kæmi niður á því.

Áhyggjurnar naguðu hana, hún vissi að það væri slæm hugmynd að fara heim um helgina.

Þegar hún kom út af baðherberginu var íbúðin hrein og húsbóndi hennar, frjálslegur klæddur í gallabuxur og bómullarskyrtu, sat og las blaðið og beið hennar.

"Við þurfum að fara að fá þér föt og pakka tösku fyrir helgina. Farðu bara í úlpuna þína og skóna frá því í gærkvöldi. Bílstjórinn minn er niðri og bíður eftir okkur."

Hún andvarpaði og hann lyfti augabrúninni til hennar eins og hann væri að þora henni að efast um fyrirmæli hans.

Þegar hún áttaði sig á því að það voru fáir kostir, fór hún hógvær að finna úlpuna sína hengda yfir stólbakið og smeygði sér í háhæluðu skóna.

Hún batt úlpuna þétt um mittið á sér, leit upp þegar hann tók saman nokkra hluti á síðustu stundu og rétti henni símann sinn áður en hún opnaði forstofudyrnar.

Á meðan hann beið eftir lyftunni spurði hann hljóðlega:

"Eru nágrannarnir vinalegir? Hafa þeir heyrt í okkur, jæja, í morgun og í gærkvöldi?"

Hún horfði hikandi á hinar hurðirnar í forstofunni.

Hann hló þegar hún roðnaði:

"Fyrirtækið mitt á þessar íbúðir, fyrir útvalda viðskiptavini sem heimsækja okkur utan ríkis eða erlendis. Og þær eru miklu flottari en hótel, sérstaklega fyrir þá sem eru með lífsstíl eins og okkar. Barry og Cinthia gistu hér á miðvikudagskvöldið."

"Ó." Sagði hún aðeins of andlaus og augun stór.

SÍÐASTA PRÓF

Lyftan kom og stutta ferðin að bílnum var hljóðlát, en hann hafði lagt hönd sína um hálsinn á henni eins og kvöldið áður þegar þau gengu í gegnum bygginguna að útganginum.

Þegar hún vissi núna að þessi bygging var hans, fann hún að hún hughreysti hana.

Bílstjórinn brosti til hennar, hún hafði verið í bílnum hans nokkrum sinnum og áttaði sig á mikilli tryggð sinni við meistara sinn.

"Hvert förum við fyrst, stjóri?" spurði hann glaðlega.

„Í íbúð Susan er hún svolítið áhyggjufull yfir því sem er undir úlpunni, þó það sé áhrifamikið að mínu mati.

Bíllinn féll í umferð þegar ökumaðurinn hélt áfram:

„Ég er viss um að Susan myndi líta alveg svakalega vel út í jakka ef það var allt sem hún þurfti að klæðast.

Susan roðnaði djúpt og færði sig í sæti sínu og hvíslaði:

"Ef það er allt..."

Robert hló og hallaði sér að henni.

„Hnappaðu frá úlpunni þinni, Susy. Hún hikaði og leit upp með stór augu. "Hvað sem ég vil, þegar ég vil, hvernig ég vil, litli þræll."

Eftir að hafa ekkert val, teygði hún sig með semingi upp að hnöppunum á úlpunni sinni og hann faðmaði hana um leið og hann byrjaði að losa hann.

„Þarf ekki að vera hógvær, gluggarnir eru litaðir Susy," opnaði hann úlpuna og afhjúpaði hana að fullu áður en hann sneri sér aftur að bílstjóranum, „Ég er að fara að gera dagfélaga þinn, sjáðu bara hvað þrællinn minn er í raun og veru glæsilegur!

Ökumaðurinn stillti baksýnisspegilinn og flautaði:

„Einfaldlega ótrúlegt Robert, til hamingju, ég þori að veðja að hún sé líka nokkuð vel merkt.

Susan var brugðið og munnurinn opnaði þegar samtalið hélt áfram.

„Ó já, ég notaði flogger á hana í morgun, og það virkaði mjög vel ef ég má orða það svo.

Róbert lækkaði höfuðið í kjöltu hennar og sló á lærið á henni og aftan.

Hún hrökk við og roðnaði enn meira af hitanum sem kom í andlitið á henni þegar hann lyfti úlpunni hennar til að sýna enn örlaga rassinn hennar.

„Sjáðu vinur, hvaða fallegu vörumerki"

"Fokkinn Robert, ég er að reyna að keyra hingað."

Robert sló aftur harkalega á bakið á henni og fékk hana til að stynja í kjöltu hans þegar hann hló með bílstjóranum.

"Þetta er mitt núna og þú munt eflaust sjá meira af henni."

Hann skildi hana eftir í þeirri stöðu í nokkrar mínútur í viðbót áður en hann sleppti höfðinu svo hún gæti setið upp.

Þá sagði hann honum:

"Nú geturðu sest niður litli og hneppt úlpunni aftur því við erum næstum komin í íbúðina þína."

Hún settist upp með andlitið alveg skarlat af tilfinningunum sem hún hafði fundið.

Að verða afhjúpuð svona hafði skilið hana eftir með mjög blendnar tilfinningar en hún áttaði sig á því að hún var orðin blaut í krossinum.

Fingurnir titruðu þegar hún endurnýjaði hnappana og batt úlpuna fast á sinn stað.

Nokkrum sinnum í vikunni hafði hann afhjúpað hana fyrir öðrum, en hún virtist öðruvísi á skrifstofunni.

Hún lokaði augunum og reyndi að skilja hvað hann hafði sagt:

"Meira af henni? En vikan var næstum á enda og hann lét eins og hann ætlaði að halda henni sem þræl sínum miklu lengur." Hugur hennar hvarf þegar hún áttaði sig á því að þetta var ekki í fyrsta skipti sem hann gaf í skyn eitthvað slíkt.

Bíllinn stöðvaðist og hún opnaði augun til að sjá íbúðarblokkina sína.

Hún teygði sig í handfangið þar til hann stöðvaði hana hálfa leið.

"Bíddu þar til dyrnar opnast fyrir þér, Susy."

"Já herra."

Ökumaðurinn fór út til að opna hurðina sína og glotti á hana þegar hún fór út úr bílnum, hönd hans rann af bakinu á henni að baki þegar hann hjálpaði henni að standa á kantsteininum.

Þegar hún beið eftir húsbónda sínum við dyrnar, tuðraði hún taugaspennt og vildi að hún væri inni.

Á meðan talaði hann hljóðlega við bílstjórann áður en hann gekk með henni að litlu íbúðinni sem foreldrar hans höfðu leigt fyrir hann.

Þegar hún var komin inn í íbúðina andvarpaði hún léttar og fór inn í herbergið sitt til að grípa næturtöskuna sína og byrja að pakka.

Robert fylgdi fast á eftir, opnaði skápana og leitaði inn.

"Bah," hún hristi höfuðið, "við þurfum virkilega að fá þér ný föt," sagði hún og dró upp stuttan, þröngan kjól, sem hún henti á rúmið, "það verður að duga í bili. Við gerum það. farðu á skrifstofuna þegar bíllinn minn sækir okkur." og við fáum önnur hentugri föt til að pakka."

Hann var farinn að fletta í gegnum skúffurnar sínar:

"Guxur eru bara til geymslu héðan í frá. Þú munt alltaf vera í pilsum eða kjólum nema ég segi þér annað."

"Þarna er hann með það aftur." Hún hugsaði með sér og þegar hún renndi kjólnum yfir höfuðið sagði hún orðin sem hún hafði í huga áður en hún gat stöðvað þau: "Þar til á mánudaginn er það ekki?"

Hann sneri sér við og gekk að henni og lét hana hrolla við það sem hann var að segja.

Hún gat ekki trúað því að hún hefði þagað út þessi orð og óskaði þess að hún gæti eytt þeim strax,

"Ég meina, við töluðum um í þessari viku að ég yrði þræll þinn þangað til á mánudaginn eins og þú sagðir..." Hún gat ekki sagt hvort hann væri reiður eða ekki þegar hún hitti augu hans og bætti við: "Meistari?"

Hann lagði höku hennar á milli fingra sinna og sá til þess að hún hitti augu hans.

"Þú ert mín Susy. Ég er sá sem lætur líkama þinn njóta, sem gefur þér það sem þú þarft og það sem þú vilt. Þú, litla, ert þrællinn sem ég hef beðið eftir, hlýðinn, dýrmætur og dáður." Hann kyssti hana. "Og þú veist núna, eftir að hafa verið þræll minn í þessari viku, hvað er rétt fyrir þig. Hversu rangt er þessi veiki, vælandi kærasti við þig. Þú veist að ég hef fengið þig."

Hann sá hvernig tilfinningarnar léku um fallega andlit hennar þegar hún tók í sig orð hans.

"Ég er svo stoltur af því að þú ert minn að ég vil ekki leyfa þér að fara á mánudaginn, jafnvel í bráð. Ég vil sýna heiminum í þessum lífsstíl hvað þú ert, hinn fullkomni þræll. Ég vil sýna þér meira af þeim heimi og heiminum almennt." og ég vildi að þú sæist meira, litli þræll minn. Valið er hins vegar þitt. Ef þú velur að fara á mánudaginn verða engin önnur tækifæri. Þú munt yfirgefa mig, fyrirtæki og nýju vinir þínir. Svona á þetta að vera ".

Hún var skelfingu lostin við tilhugsunina um að sjá hann aldrei aftur eða geta ekki aftur unnið hjá fyrirtækinu.

"Hvað ef ég get það ekki? Það er svo margt sem þarf að læra, vita, gera. Hvernig á ég að vita hvort ég get gert allt það sem þú vilt að ég geri?" Rödd hennar var varla hvísl, "Hvað ef ég sleppi þér, skamma þig, skaða mannorð þitt?"

"Sú staðreynd að þú spyrð þessara spurninga, umfram allar aðrar, segir nú þegar mikið um þig." Hann glotti til hennar, "Þér er sama um að þóknast mér og þér er sama um sjálfan þig. Það segir mér að þú ert hinn fullkomni þræll sem ég held að þú sért. Ekki hafa áhyggjur af því að valda mér vonbrigðum, það er skylda mín sem meistari þinn. að þjálfa þig í að gera það ekki." Þetta er það sem þessi vika hefur snúist um. Þú hefur gert allt sem ég bað um og meira til. Ég gæti ekki verið ánægðari. Hættu nú að pæla. Petulance er óviðeigandi í þræli og ég mun ekki hafa það. "

Nú virtist hún undrandi, rödd hennar lýsti því:

"Ég vil þóknast þér. Það gefur mér svo mikla tilfinningu innra með þér þegar þú segir að þú sért stoltur eða ánægður að ég geti ekki lýst því nægilega vel, en það er svo margt um þrælahald sem ég bara skil ekki. Og Ég hef áhyggjur af því að vinir eða fjölskylda myndu komast að því. Ég vil bara ekki valda neinum vonbrigðum".

Hún hafði reynt að hljóma ekki vælandi, en hún vissi að svo var og hún hætti að horfa á hann.

"Það þarf enginn að vita það nema það sé hluti af lífsstílnum. Ef við ákveðum loksins að segja einhverjum öðrum að við séum í sambandi sem er umfram vináttu þá ræðum við það fyrst."

Það virtist allt svo sanngjarnt þegar hún sagði þetta svona, en hún myndi lifa tvöföldu lífi fullt af leyndarmálum og lygum, hvernig gat hún horfst í augu við foreldra sína með meistara sínum fyrir framan sig og hagað sér eðlilega?

Hún beit á vörina, fingur hans héldu enn höfði hennar á sínum stað.

"Þrælahald er miklu meira en bara þessa viku og ég vil leiðbeina þér til að kanna þetta allt. Ég er meistari þinn og þú munt hlýða mér í öllu, en þú munt líka kanna með öðrum ef ég kýs svo að þú getir lært allt þar er að bjóða þér, svo að þú getir vitað hvað veitir þér gleði og það sem eykur getu þína til ánægju."

Þetta var ekki tíminn sem hann hafði viljað eiga þetta samtal, hann sá að hún var hrædd og hugur hennar var varla að taka í sig orð hans.

Hann hélt hægt áfram.

"Að vita að stjórn mín og vald á þér er svo fullkomin að þú myndir hlýða mér í öllu sem ég bað þig um, sem fyllir tómarúmið í lífi mínu og fullkomnar mesta metnað minn. Þú verður dýrmætasti fjársjóðurinn minn Susy. Ég vil taka hugsaðu um þig, hugsaðu um þig og elskaðu þig. Það sem ég bið um í staðinn er hlýðni og tryggð."

Hugur hans snérist.

"Algjör stjórn!"

Hugur hans var á hlaupum.

"Hvað með vini mína, lífið sem ég átti áður í þessari viku?" hvíslaði hún.

"Æ, elsku Susy, auðvitað muntu hafa einhver frelsi svo lengi sem við erum sammála um hver, hvenær og hvar." Hann brosti, "Þú verður að kveðja Harry, það er ekki samningsatriði, hann var aldrei nógu góður fyrir þig. Hver þú ert náinn er ákvörðun mín núna og þú munt hlýða mér."

"Já herra."

"Ég mun ekki neyða þig til að taka lokaákvörðun þína núna, en þú munt hafa frest til mánudags til að hugsa málið eins og við samþykktum, en þangað til ertu eign mín, dýrkuð og dýrmæt. Þú munt treysta mér og hlýða mér, skilja?"

"Já herra."

Hún tók upp tóman svefnpokann og tók í höndina á henni, leiddi hana í gegnum íbúðina og út úr byggingunni í átt að bílnum sem beið, og blundaði í blundandi bílstjóranum sem flýtti sér að opna hurðina.

Nánast í áfalli yfir hraðanum sem hlutirnir höfðu gerst í íbúð hennar leyfði hún sér að ýta sér inn í bílinn.

Róbert sagði síðan bílstjóranum að fara með þá til fyrirtækisins.

Robert klifraði inn við hlið hennar þegar bílstjórinn settist inn í bílinn og horfði hugsandi á Susan.

"Algjör hlýðni næstu fjörutíu og átta klukkustundir að lágmarki, sama hvað ég bið þig um."

Hann ætlaði að ýta enn frekar við henni núna þegar hann hefði sagt henni það sem hún þyrfti að vita og gefið henni réttinn til að velja á mánudaginn að sætta sig við hvað það myndi þýða fyrir hana að veita honum þá stjórn sem hún þráði.

Þó hann væri ekki viss um að hann gæti samþykkt ákvörðun hennar ef hún neitaði að vera þræll hans.

"Já herra."

Hún beit á vörina og skalf þegar hún settist niður til að horfa á hendurnar í fanginu.

Hugur hennar snerist og hrökk við tilhugsunina um að foreldrar hennar og vinir sáu hana beygja sig svo auðveldlega að vilja þeirra.

"Þú ert minn, litli, þú ert náttúrulegur þræll, þú þarft aðeins að líta í eigin barm til að viðurkenna að það sé satt."

Hann teygði sig fram og dró ólarnar á kjólnum hennar niður axlir hennar til að sýna brjóst hennar þegar þau keyrðu.

Hún klemmdi á sér geirvörturnar þegar hún hugsaði:

"Hvernig finnst þér að gata þau?"

"Ég hef aldrei hugsað um það áður í þessari viku, meistari. Er það eitthvað sem þú vilt?" Augu hans voru stór.

"Ég er óákveðinn. Hvað finnst þér, John?"

Ökumaðurinn stillti spegilinn sinn til að horfa á hana aftur.

„Þeir eru mjög fallegir eins og hún hefur þá, Róbert, en göt geta verið mjög fín. Ég býst við að það fari eftir því hvort þú vilt halda ljúfa sakleysislega útlitinu hennar, sem kveikir í mér, eða hvort þú vilt sýna aðra hlið af henni."

Robert strauk henni um kinnina.

"Hún er sæt og saklaus, vinur minn."

Ferðin til fyrirtækisins virtist fljótleg í minna erilsamri helgarumferð.

Þegar þeir komu fyrir framan bygginguna gaf Róbert John lyklana að eigin bíl og bauð honum að flytja töskurnar yfir í bílinn sinn og koma síðan á skrifstofuna til að skila bíllyklinum sínum.

Susan fannst skrítið að vera hér um helgina þegar hún fylgdi Robert í gegnum skrifstofurnar að svefnherbergissvítunni þar sem hún stóð til hliðar.

Við leit í skápnum valdi hann þrjá föt, tvo til að pakka og einn í stað kjólsins sem hann var í.

Hún valdi stuttan náttkjól í dúkku-stíl með bandi.

Hann fullvissaði hana um að hún ætti bara að vera með það á kvöldin heima og að hún ætti að hafa það með sér þegar hún fylgdi henni aftur á sunnudagseftirmiðdegi,

Hann tók líka fram tvö pör af skóm.

Hann sendi hana síðan á klósettið til að safna snyrtivörum og því sem hún þurfti þaðan.

Hún færði honum það sem hann þyrfti og hann lokaði töskunni og fór með hana á aðalskrifstofuna.

„Áður en við klæðum þig þurfum við að sjá um þjálfun þína, þetta verður að gera á hverjum degi ef við viljum ná góðum árangri."

Hún virtist undrandi, en fylgdi honum að skrifborðinu hans.

"Farðu úr kjólnum".

Hún var nýbúin að draga kjólinn yfir höfuð sér þegar bílstjórinn kom inn með bíllykla Roberts.

"Fáðu þér sæti John, ég verð hjá þér eftir smástund. Þetta mun ekki taka langan tíma."

Hún roðnaði djúpt og lokaði augunum um leið og hann hallaði henni yfir skrifborðið og breiddi út fæturna.

Hún vissi að John var að fylgjast með henni þegar hún fann að meistari hennar skildi rassinn og tilfinningin um smurolíu sem leki niður rassinn á henni fékk hana til að anda.

Síðan set ég tappann.

Þessi leit öðruvísi út, ekki alveg eins gúmmíkenndur og hinn þar sem hann rúllaði henni í smurolíuna áður en hann þrýsti henni að gatinu sínu.

Hún reyndi að draga djúpt andann og slaka á þegar hún fann að vöðvarnir gefa frá sér undir sterku þrýstingi hans.

Stynur slapp út úr vörum hennar þegar stærsti hlutinn kom inn í hana og hringvöðvinn lokaðist um mjókkandi endann.

Hún opnaði augun og mætti augnaráði dökkra augna Johns.

Hann horfði á hana ákaft þannig að þetta dálítið niðurlægjandi ástand litaði húð hennar enn meira þegar hitinn í líkama hans sem var fús til kynlífs lét hana ljóma.

"Góð stelpa." Hann sló í rassinn á henni. "Farðu á hnén."

Hún tók keðjuna með geirvörtubjöllunum af skrifborðinu sínu.

Hann þrýsti hverri geirvörtu hennar gróflega í gegnum lykkjurnar áður en hann kreisti þær og dró í keðjuna.

Stynið hennar breyttist í eitthvað hærra þegar hönd hennar barst á brjóst hennar og bjöllurnar klingdu ljúft.

"Ég vildi að þú myndir sjá þessa keðju, John. Ég held að það sé engin þörf á að gata brjóstið hennar eins og er, þar sem þessar bjöllur eru skemmtilegar að leika sér. Farðu að sýna John litlu bjöllurnar þínar, litla stelpa."

"Já herra." Hún muldraði þegar hitinn fyllti andlit hennar enn meira og hún færði sig nær bílstjóranum til að standa fyrir framan hann.

"Vinsamlegast krjúpið, Susan." sagði John lágt.

Hún stoppaði, féll á hnén og brosti til hans þegar hann talaði við Robert.

"Ó já, þeir hljóma fallega og auka það örugglega. Má ég?"

„Auðvitað," sagði Robert stórkostlega.

John teygði sig fram og klappaði varlega á bæði brjóstin hennar og lét bjöllurnar hringja áður en hann tók í geirvörturnar til að hrista þær.

Susan beit á vörina og skærgrænu augun hennar horfðu upp á hann.

„Hún er virkilega fegurð Róbert og það gerir þig stoltan af því að hún krjúpi hér svo vel fyrir mig."

Þegar hann sneri höfðinu aðeins, gat hann séð breitt brosið á andliti meistara síns og fann flögur hlýrra fiðrilda fylla kvið hans og brjóst þegar hann svaraði:

"Reyndar, vinur minn, er ég mjög ánægður með þjálfun þína í þessari viku. Susan Ég vil að þú þakkar John fyrir alla hjálpina í vikunni, að sækja þig og skila þér, sem og máltíðina sem hann útvegaði fyrir þú."

Hún sneri andliti sínu að John, með virðingu að honum, þar sem hann var eldri maður sem hún giskaði á að væri um sextíu eða sextíu og fimm ára.

Hann var með glampa í dökkum augum, með dökka húð, ólífulit eins og Asíu, sem lét bros hans ljóma þegar hann horfði á hana.

„Þakka þér kærlega fyrir, hjálp þín er mjög vel þegin.

John teygði sig fram til að strjúka kinn hennar og háls og lét höndina síga enn og aftur að brjósti hennar þegar hún talaði.

"Vertu velkominn, fallega Susan."

Hún roðnaði og Robert fann hani hans harðna við að sjá hana á hnjánum fyrir vini sínum.

Þessi kraftur og stjórn var ástardrykkur hans.

Hún var fús til að sætta sig við dálítið sadíska notkun líkama síns og þær kröfur sem hann gerði til lífsins.

Núna myndi hann þrýsta takmörkunum hennar í síðasta sinn áður en hann fór með hana aftur í vanilluheiminn sinn um nóttina.

Robert tók sér sæti nálægt þeim og talaði við Susan:

"Mig langar til að þú sýgur pikinn hans, Susan, sem verðlaun fyrir að vera á vakt allan sólarhringinn þessa vikuna. Þú hefur kveikt hræðilega á honum þessa vikuna með heita litla líkamanum þínum, svo hann á skilið léttir frá þú." .

Hún andvarpaði, augun stór þegar hún sneri höfðinu til að horfa á hann, og sá glampann í augum hans og einkennilegan svip á andliti hans.

Svo leit hann á John sem brosti til hans.

Jafnvel þegar hugur hennar öskraði: „Þetta er ekki í lagi, hvernig gat hann viljað að hún gerði þetta?" hendur hennar hreyfðust til að losa um buxurnar hans.

Hins vegar var John þegar ákafur og þegar hún lyfti höndunum til hans, stóð hann upp og hneppti sjálfur upp buxurnar sínar, lét þær detta og sparkaði þeim af sér og sýndi gífurlega harðan og ótrúlega stóran hani.

Hún blikkaði og kyngdi þegar hann settist upp og breiddi út fæturna svo hann kæmist á milli þeirra.

Hann leit í síðasta sinn á meistara sinn og ánægjusvipinn á andliti hans.

Hann kinkaði kolli aðeins og hún færðist á milli fóta Johns.

Hún kraup niður, vafði lítilli hendi um lim hans og velti tungunni um höfuðið.

„Engar hendur," muldraði hann.

Hún hljóp hlýðnislega með hendurnar fyrir aftan bak hans og víkkaði munninn til að teygja varirnar yfir breidd lims hans.

Tungan hennar flökti og snerist þegar munnurinn lagaðist að stærð, hún fann hvernig hendur hans flækjast í hárinu á henni þegar hún byrjaði að hreyfa höfuðið hægt upp og niður, taka meira af honum inn í munninn.

Hendur hans hertust þegar hann stýrði henni á þeim hraða sem honum líkaði, því þó að haninn hans væri breiður var hann ekki of langur og hún gat tekið allt inn án þess að kafna alveg.

Gabbið hennar og gurgling virtist örva hann og hann byrjaði að þrýsta með mjöðmunum þegar hann ýtti munni hennar niður.

Það varði ekki lengi og eftir aðeins nokkrar mínútur í viðbót urraði hann hátt um leið og hann ýtti sér gróflega að henni.

Hún gurgleði og kyngdi, lyfti höfðinu hægt um leið og hann sleppti hárinu á henni og tryggði að hann fengi allt ásamt í munninn.

Augu Róberts höfðu verið á henni eftir að hafa horft á óákveðni hennar snúast til að leysa þegar hún hlýddi honum.

Fokk, hugsaði hann með sjálfum sér, hún var ótrúlega náttúrulegasti undirmaður sem hann hafði hitt og hún var hans.

Að horfa á hana fylgja vilja hans og hvötum vinar síns hafði gert hann svo harðan að það var næstum sársaukafullt.

Svo þegar hún dró sig til baka, rétti hann fram höndina og dró hana að sér í hárinu og fékk hana til að stynja ljúflega.

Hann hneppti upp gallabuxurnar sínar, lyfti henni upp og splæsti hana á hanann.

„Mín" urraði hann í eyra hennar og hún skalf af krafti tilfinninga og hita í röddinni.

Hann stóð upp með hana spælda á sér og gekk að veggnum og hélt henni upp að honum um leið og hann ýtti aftur og aftur.

Hann rak hana fast við vegginn þegar hún vafði fótunum um mjaðmir hans.

Hún öskraði með hverju höggi og hann dró höfuðið aftur í hárið á henni og fékk hana til að horfa á hann eins og hann bauð,

"Komdu litla kellingin þín."

Hún öskraði þegar hún kom í það sem virtist vera hundraðasta skiptið á síðustu tuttugu og fjórum klukkustundum.

Það hafði tekið viku af sársauka og refsingu að ríða henni loksins og þar sem það byrjaði í gærkvöldi virtist það aldrei hætta.

Dúndrandi kisan hennar hafði verið helvíti og fyllt með ásamt einu sinni enn sem hann sagði hana sem sína eigin.

Hann átti líkama hennar og hún fann að hugur hennar hlýddi náttúrulega öllum skipunum hennar.

Robert labbaði hægt aftur að stól á meðan hann hélt henni spiddri á hani hans sem þegar er mýkjandi, hallaði sér aftur á bak í stólnum og vöggaði hana í kjöltu hans og andaði þungt.

Rödd Johns skarst í dauðum kynlífsdrulluðum heila hans þegar hann talaði:

"Hún er gimsteinn, Róbert. Betra er að setja hálsmen fljótt um hálsinn áður en einhver stelur henni. Ég þarf að athuga bílinn til að athuga hvort ég sé með varahluti þarna niðri."

Robert hló þegar hann faðmaði hana.

"Þessi stelpa er mín." Hann hélt áfram eftir smá stund, "Við förum um leið og við erum klædd og komum ekki aftur fyrr en á sunnudagskvöldið, svo taktu restina af helginni frí. Ég hringi í þig ef við þurfum á þér að halda á mánudaginn."

Þegar hún leit upp sá hún að John var þegar klæddur og hann brosti til hennar.

„Takk fyrir bónusinn Robert, með svona bónusum verð ég persónulegur bílstjóri Susan ef þú leyfir mér það."

Þegar mennirnir hlógu, roðnaði Susan.

Jóhann kvaddi þau og óskaði þeim gleðilegrar og góðrar helgar.

Þegar þeir voru einir sneri Robert sér að Susan:

"Þú hefur glatt mig mjög, ég gæti ekki verið stoltari af þér. Þú hefur sýnt að hlýðni þín er raunveruleg í dag. Engir leikir, engar afsakanir, bara sjálfstraust og löngun til að þóknast mér. Ég er mjög ánægð, litla stelpa. Meira en ánægður, ég er himinlifandi".

Hún brosti til hans þegar hlý dansandi fiðrildi fylltu kvið hennar.

„Takk, kennari".

Hann lækkaði hana niður á jörðina og bað hana að hnén og gefa sér nokkrar mínútur til að hugsa um það sem hún sagði við hann í íbúðinni sinni.

Hann yfirgaf hana, fór á klósettið og hún beit á vörina.

"Hann hafði sagt að ákvörðunin væri hans á mánudaginn. Hann vildi hafa hana sem þræl sinn, en ef hún sagði nei myndi það þýða að missa vinnuna líka."

Hugur hennar leitaði aftur til tíma hennar í fyrirtækinu og hún gat séð að nú hafði hann verið hægt og rólega að hlutdræga hana, orðið nærtækari í samtölum þeirra nánast eðlilega að tala um vini, kærasta og kynlíf.

Hann hafði viljandi fangað hana fyrir fimm dögum síðan og kúgað hana til að byrja á þessari þrælaleið.

„Hefðu það í alvörunni aðeins liðið fimm dagar? Nú fannst mér það vera miklu lengur í raun," velti hann fyrir sér.

Hún dró djúpt andann, allt virtist hafa gerst svo hratt eftir þennan fyrsta dag þar sem henni virtist vera sífellt refsað fyrir að hafa sífellt svikið hann.

Hún hafði þá þráð ánægju hans og það var erfitt að njóta þeirra fáu stunda sem hann brosti til hennar.

„Ég sá að hann notaði náttúrulega þörf hennar fyrir samþykki gegn henni, hún hataði að valda einhverjum vonbrigðum."

Hann áttaði sig loksins á því að öll þessi vika hafði tilgang.

Hún hafði neyðst til að samþykkja hlutverkin sem hann fól henni eftir því sem leið á vikuna og hélt áfram fundum með meisturum og stelpum til að láta hana sjá að þrælahald væri ekki eitthvað skrítið bannorð og að fólk lifði nokkuð hamingjusamlega innan þess lífsstíls.

.

Hann hafði byrjað vináttuna sem hún fann til Anne og síðan hvatt til þess.

Týnd í hugsunum sínum sá hún hann ekki birtast aftur klæddur og fylgdist vel með henni.

Hann lyfti henni úr krjúpandi stöðu sinni og kyssti hana.

"Ég dýrka þig Susy mín, farðu nú að þrífa þig og farðu í fötin sem ég skildi eftir þig í rúminu."

"Já meistari".

Hún flýtti sér inn á klósettið og þvoði sér fljótt.

Hún hafði ekki farið í förðun í dag og mest af því var þegar pakkað, svo hún burstaði krullurnar sínar og batt hárið í hestahala áður en hún fór inn í svefnherbergið.

Hún fór í kjólinn sem hann hafði skilið eftir handa henni og horfði á sjálfa sig í speglinum.

Þó að það væri ekki mikið frábrugðið kjólnum sem hún hafði klæðst í íbúðinni sinni, var hann betri efni í samanburði og virtist skorinn til að draga fram náttúrulega sveigjurnar þar sem hinn hékk meira eins og laus poki.

Þegar hún settist niður til að fara í skóna áttaði hún sig á því að hún var ekki búin að ákveða í þessari viku hvaða föt hún myndi klæðast hverju sinni.

Hún hafði reyndar ekki tekið neinar ákvarðanir fyrir sjálfa sig, ekki einu sinni matinn sem hún borðaði sem hann hafði útvegað henni á ýmsan hátt.

Hún fór út úr herberginu og hann brosti til hennar.

„Þú lítur yndislega út, hver sentimetri af þér er sæta, ástríka stelpan sem foreldrar þínir eiga von á. Við höfum verið annars hugar of lengi í morgun og þurfum að fara af stað, en mig langar að gefa þér eitthvað fyrst, svo krjúpið með mér. "

Hann tók flauelskassa af skrifborðinu sínu og opnaði hann með því að snúa honum að henni.

Inni var rósagull keðja.

Það var stutt og fallega smíðað með snúnum hlekkjum, en það sem tók andann frá henni var mjög nákvæmur ævintýri sem hún þekkti að var undarlega að dangla úr keðjunni í sama rósagulli.

Álfurinn virtist fljóta þarna við enda keðjunnar og rétta upp hendurnar á meðan hún hélt á ljómandi grænum smaragði.

Hún var orðlaus og starði á hann þegar hann tók það úr hulstrinu og setti það varlega um hálsinn á henni og hélt því á sínum stað.

Það passaði þétt eins og það væri gert sérstaklega fyrir hana og fingur hennar færðust að álfunni og fann fyrir viðkvæma margbreytileika hennar.

"Hún er mjög falleg." Hún andaði að sér eftir að hafa haldið niðri í sér andanum í smá stund. "Takk, kennari".

"Það ert þú sem ert fallega, litla mín." Hann strauk henni um kinnina og brosti og sýndi ánægju sína. "Nú verðum við að fara áður en ég finn upp aðra notkun fyrir þig."

Þeir stóðu upp, hann tók töskuna sína og lyklana á meðan hann gaf til kynna að hann tæki minni og ólýsanlega skjalatösku og fóru niður að bílnum hans.

Í lyftunni hringdi síminn hennar.

Hann leit og gaf henni það og hún sá að þetta var móðir hennar.

"Taktu það." Róbert sagði: "Þetta mun spara mér símtal til að láta þá vita að við verðum of seint."

„Halló mamma," svaraði hún kalli hennar og móðir hennar hóf strax tízku um heimska veitingamenn og garðyrkjumenn.

Susan var sammála honum og muldraði á öllum réttu augnablikunum.

Á meðan var hún þegar í bílnum og Robert var að keyra út úr bænum út á þjóðveginn.

"Búningurinn minn? Nei, ég valdi ekki þann sem ég var að hugsa um." Susan skaut skelfingu lostinn á meistara sinn.

"Segðu honum að þetta komi á óvart." muldraði hann. "Biddu hann um að fara í bæinn fyrir þig og fá þér glitrandi konfekt sem passar vel við búninginn þinn. Þannig gefur þú honum eitthvað að gera í stað þess að áreita veisluskipuleggjendur."

"Reyndar mamma, manstu eftir litlu sérbúðinni upp á hæðinni? Ég ætlaði að stoppa þarna og fá mér glitrandi líkamsmálningu eða konfekt á leiðinni heim, til að fara með búninginn minn. En þar sem við erum nú aðeins of sein. , gætirðu komið þangað og fengið það fyrir mig, takk? Svo ég kæmi fyrr heim, ef þú gætir gert mér greiða."

„Hvílík hugmynd," svaraði móðir hennar. "Jú, svo ég gæti fengið mér eitthvað líka!"

Mamma hans talaði um frábæra búninga þeirra og hversu kjánalegur faðir hans leit út í hans.

Hann hélt áfram í hálftíma meira um gestina og fólkið sem gat ekki komið.

„Mamma, ég held að við séum að fara inn í verndarbil þar sem síminn er að missa merki."

"Allt í lagi, elskan. Og segðu Robert að keyra á öruggan hátt. Ég sé þig eftir nokkra klukkutíma, ég get ekki beðið eftir að sjá þig. Það virðist vera eilíft síðan þú fórst að heiman."

"Mig langar líka að sjá þig, mamma, sjáumst bráðum."

Susan lagði á brosandi.

Móðir hennar var það sem sumir myndu kalla sjálfsörugg, en hún hlakkaði til að sjá hana.

Hún slakaði á í mjúku leðursætinu þegar bíllinn tuðaði niður þjóðveginn.

Tónlistarsmekkur húsbónda hans var ótrúlegur og raulaði hann lögin sem hann hafði útsett til að spila á meðan þau keyrðu í þægilegri þögn.

Hún lokaði augunum og sofnaði þegar bíllinn hljóp niður þjóðveginn og stefndi í átt að fjallsrætur.

Hann brosti þegar hún svaf svo rólega.

Hún hafði gefið honum mjög lítinn frí í vikunni þar sem hann vann að því að breyta heimsmynd sinni og hlutverki í lífi sínu.

Róbert ákvað að leyfa henni að sofa þar sem hún myndi sofa lítið í nótt ef hann næði markmiði sínu.

Hugur hennar vann að áætlunum hennar það sem eftir lifði helgarinnar og hún leyfði sér að hugsa um framtíðina og tilskilda kragaathöfn í klúbbnum til að tryggja öryggi hennar þar.

"Það munu allir vita hver þú tilheyrir Susy minni." Hann hvíslaði að henni meðan hún svaf.

Hann ók í gegnum síðasta litla bæinn áður en hann hélt til bæjarins þar sem fjölskyldur hans bjuggu og stoppaði í rólegri götu um fimmtán mínútur frá húsi hans.

"Vaknaðu Suzy."

Hann hallaði sér niður og snerti kinn hennar þegar augu hennar stækkuðu og hún horfði á hvar hann var.

"Ó, fyrirgefðu, mig langaði bara að loka augunum í eina mínútu."

„Þú þurftir hvíld." Hann brosti til hennar og hallaði sér inn til að kyssa hana djúpt, eignarlega. "Og ekki gleyma því að þó ég sé ekki hjá þér alla helgina, þá tilheyrir þú mér."

"Já herra." Andlit hennar sýndi taugaveiklun hennar og tennurnar festust í neðri vör hennar.

Hann lækkaði ólarnar á kjólnum hennar, afhjúpaði hana og togaði í keðjuna.

"Þetta verður að hverfa áður en þú knúsar foreldra þína."

Hann hallaði sér inn til að kyssa hana um leið og hann kippti keðjunni lausa, dempaði vælandi hljóð hennar og stynndi í kjölfarið með kossi.

Löngun hans í hana var svo sterk að koss þeirra var lengi að líða þegar hendur hans snertu mjúkar geirvörtur hennar.

Andardráttur hennar hraði þegar hann strauk henni og hallaði sér að henni.

En hann dró djúpt andann.

"Ef ég næ þér ekki heim núna, gætu liðið klukkustundir þangað til við komumst. Þú ert að freista mín, litli þræll minn."

Hún brosti að orðum hans og fann hitann í augnaráði hans, eins og hann gæti étið hana.

Hann lét hana líða svo kynþokkafullur og langaði í þetta útlit.

Hann notaði tækifærið til að kyssa hana í síðasta sinn og dró bílinn aftur upp á veginn.

Hún var kvíðin og kvíðin þegar kunnugleg atriði birtust og þau beygðu inn á götuna sem lá að húsi hennar.

Hann settist yfir hann og lagði hönd sína á læri hennar,

"Ekki hafa áhyggjur, allt verður í lagi, njóttu samverunnar með mömmu þinni áður en veislan byrjar. Ég er búinn að útvega þér báðar óvæntar uppákomur."

Hún horfði á hann stórum augum.

"Treystu mér, Susy mín."

VEISLAN

Bíllinn stöðvaðist fyrir hliðinu og móðir þeirra kom út úr húsinu til að heilsa þeim.

"Susan, hvað tók þig svona langan tíma? Ég hef beðið og beðið. Þú hefur ekki hugmynd um hvað þetta fólk hefur verið að koma mér í gegnum!"

„Æ, mamma," brosti Susan þegar hún fór út úr bílnum. „Það getur víst ekki verið svo slæmt".

Móðir hennar greip hana og faðmaði hana fast.

„Ég er svo fegin að þú sért heima," hélt hún á Susan í armslengd og horfði á hana frá toppi til táar og augu hennar gagnrýndu dóttur hennar .

"Þú lítur öðruvísi út. Ég veðja að það er vegna þess að þú ert ánægður með að vera kominn heim. Er þetta nýr kjóll? Leyfðu mér að skoða þig vel."

"Láttu hana í friði, Caty . Hún er ekki einu sinni komin inn í húsið ennþá."

Rödd föður Susan var full af gleði þegar hann kom á bak við litlu konuna úr húsinu og faðmaði dóttur sína í bjarnarfaðmlagi.

"Hvernig hefurðu það, Susy? Mamma þín segir mér að Robert sé að láta þig vinna of mikið. Vertu viss um að þú skemmtir þér í kvöld."

„Þakka þér fyrir," hvíslaði hún um leið og hún faðmaði hann aftur. „En pabbi, leggðu mig niður," hló hún þegar hann lyfti henni frá jörðinni. "Ég hef varla haft tíma til að hugsa sjálfan mig þessa vikuna. Og ég hlakka mikið til veislunnar."

Hann lækkaði hana og gekk í kringum bílinn.

"Takk fyrir að draga hana upp, Robert. Geturðu verið í smá stund og séð hvernig allt er í bakinu?" sagði hann um leið og hann tók í höndina.

"Jú. Leyfðu mér að heilsa Caty fyrst," Robert kyssti móður Susan á kinnina. "Það er gott að sjá þig, Caty , þú ert eins falleg og alltaf."

Hann sneri sér að Páli.

"Leyfðu mér bara að ná dótinu hennar Susan út úr bílnum."

opnaði skottið, dró upp töskuna sína og stóran skreyttan kassa.

Hann afhenti Susan það brosandi og muldraði:

"Ekki opna búninginn þinn óvart fyrr en í kvöld, Susy."

„Já, Mm...Robert," stamaði hún og hann brosti að óþægindum hennar við að nota nafnið sitt hér.

Hann sneri sér að Páli.

"Ég vona að allt sé þarna aftur eins og við pöntuðum."

Caty tók töskuna af Susan.

"Komdu Susy, láttu mennina halda áfram að þykjast vera höfðingjar höfðingjasetursins. Þú getur lagt hlutina frá þér seinna. Hjálpaðu mér fyrst að undirbúa hádegismat. Þú hlýtur að vera svangur eftir langan akstur frá borginni."

Susan eyddi næsta hálftíma í notalega eldhúsinu með móður sinni að hæðast að henni vegna sífelldra kvartana sem hún hafði talað við áður.

Móðir hennar rak upp stór augu en viðurkenndi að eftir fyrsta áfallið síðan þau komu og pakkuðu niður, auk hávaðans frá tjaldinu að fara upp, hefði þetta ekki verið slæmt.

"Það slæma," sagði hún sorgmædd, "var að þeir tóku allan matinn, sem ég hafði eytt alla vikuna í að útbúa, til að gera guð má vita hvað. Og allan morguninn hefur faðir þinn ekki leyft mér að tala við þá, né hefur hann bað mig að fara að gera ekkert til að vera þarna að skipuleggja hlutina".

Susan gat aðeins ímyndað sér eitt sem myndi pirra móður sína meira en að gera allt, og það er að gera ekki neitt.

"Það eru allir svo leynilega. Faðir þinn leyfir mér ekki að hjálpa. Og þú munt ekki segja mér frá dulargervi þinni," horfði hann á kassann sem var enn á eldhúsbekk. "Ég veit ekki hvað ég á að gera við sjálfa mig. Ég gat ekki einu sinni fengið bílinn minn út fyrir hárgreiðsluna í morgun, svo ég ætla að líta út eins og rugl í kvöld," sagði hún harmaði.

Susan faðmaði móður sína.

"Þú veist stundum verður þú bara að treysta því að allt gangi upp. Auk þess er ég hér núna og get hjálpað þér með hárið þitt. Þú gætir aldrei litið út eins og rugl. Pabbi vill bara að þetta verði fullkomið kvöld fyrir þú. Það eru tuttugu og fimm ár, brúðkaup. " Og hann virðist njóta þess að vera við stjórnvölinn í dag. Þú getur ekki alltaf gert allt, mamma. Ég veit að þú myndir vilja gera meira, en láttu pabba gera það þetta tími. Treystu honum. Ég veðja á að hann hafi áttað sig á þessu . Slakaðu á og njóttu þess."

"Þetta hljómar allt eins og frábær ráð." Rödd húsbónda hennar hljómaði fyrir aftan hana, sem fékk hana til að hoppa undrandi.

Páll fylgdi honum og leit í kringum sig.

Hvað er í hádegismatinn? Ég er að svelta".

Í hádeginu töluðu allir glaðlega saman.

Foreldrar hennar stríttu hvort öðru að þau hefðu verið gift í tuttugu og fimm ár og að nú væri kannski kominn tími til að breyta til.

Móðir hans hló:

"Ég gæti verið ein af þessum konum sem finnur ungan dreng."

Þeir heyrðu bíl koma upp á malarakstrinum og Robert brosti.

„Þetta verður óvæntingin sem ég hef í vændum fyrir ykkur tvær stelpur.

Hann stökk upp úr sæti sínu og gekk spenntur út úr eldhúshurðinni.

Paul stóð upp til að byrja að þrífa upp hádegisdiskinn og Caty horfði á hann.

"Slepptu því. Við gerum það."

"Ég held að þú hafir ekki tíma núna, ástin mín."

Hann kyssti hana á ennið þegar hann gekk framhjá.

"Hvað er í gangi núna? Ertu með í þessu, Susan?" sagði hún og minnkaði augun grunsamlega.

"Ekki líta svona á mig, mamma! Ég er jafn hugmyndalaus og þú."

Augnabliki síðar kom Robert aftur og fjórar ungar konur á eftir honum.

„Þetta er gjöf mín til Páls," brosti hann breitt.

Caty varð rauð og byrjaði að röfla að Robert á meðan Paul hló upphátt.

"Ég kom með hjálp til að gera þig að fallegustu hjartadrottningu. Caty , heilsaðu förðunar- og fataskápateyminu þínu. Þeir ættu að dekra við þig og Susan síðdegis í dag. Þeir munu meira að segja gefa Paul bursta ef þú vilt, en ég býst við það verður nei".

„Er það þess vegna sem þeir lögðu veitingabílnum fyrir aftan bílinn minn í morgun, svo ég gat ekki gert hárið á mér? Caty kastaði handklæði að Paul, sem reyndi árangurslaust að hætta að hlæja.

„Já, elskan, ekki berjast fyrir framan Susan," hló hann.

Susan brosti til foreldra sinna.

aldrei séð þá rífast, þó hún væri viss um að þeir gerðu það af og til, en venjulega notaði faðir hennar þessi sömu orð: "Nú elskan mín, ekki berjast fyrir framan Susan" og móðir hennar samþykkti og hvers kyns ágreiningur var minniháttar hefði lokið eftir augnablik.

Robert truflaði hugsanir hennar.

Susy, af hverju tekurðu ekki stelpurnar og sýnir þeim hvar þær geta sett hlutina sína? Leyfðu ástarfuglunum að kyssa og gera upp."

"Já M... Ó já auðvitað fylgið mér." Hún brosti til stúlknanna þegar hún datt enn einu sinni yfir hvað hún ætti að kalla hann.

Næstum sjálfvirka „Já, meistari" hans fraus á vörum hans.

Foreldrar hennar áttu litla stofu við hliðina á svefnherberginu sínu sem opnast út á stórar svalir á annarri hæð í stóra húsinu, hún var björt og loftgóð og hentaði þeim vel .

Susan tók upp búningaöskjuna sína og fann þyngdina og fór að ganga á undan stelpunum.

"Guð, það er svo þungt. Fékkstu mér brynjur?" hugsaði.

Forvitnin varð til þess að hún hristi kassann, hún heyrði að hann ræsti sig og leit upp.

"Farðu þetta varlega, Susy mín, þetta er viðkvæmt."

Hann brosti til hennar þegar hann naut þess hvernig hún horfði í kringum sig stórum augum.

Hann hélt að hún myndi á endanum átta sig á því að enginn myndi skilja afleiðingar þess sem hann kallaði hana, en það var yndislegt að sjá hana roðna aðeins.

Móðir hans fylgdi þeim augnabliki síðar:

"Kjána faðir þinn leyfir mér ekki einu sinni að vaska upp. Hann segir að ég sé drottning í dag."

Hún var að reyna að hljóma reið út í hann, en Susan gat sagt hversu ánægð hún var með þessa sérstöku meðferð.

"Ó gott," sagði ein stúlknanna, "það gefur okkur meiri tíma með þér. Ég er Maggie, þetta er Lia , Nicky og Joana." Hver af stelpunum brosti þegar Maggie kynnti þær . „Getum við kallað þig Caty eða vilt þú frekar hátign hennar í dag?“ Bros hennar var smitandi og Susan hló.

Móðir þeirra hristi fingur til þeirra og sagði með harðri, spottlegri röddu:

"Þorirðu það ekki, ungfrú! Það er nógu slæmt að ég hef verið rekinn úr eldhúsinu mínu. Ef þú gerir það, þá tek ég höfuðið af þér."

Susan gat ekki að því gert, hún hló þegar hún sá litlu móður sína sveifla fingrinum.

"Jæja, Caty þá. Hvað með að fara í góða heita sturtu til að opna svitaholurnar og svo yndislegt langt nudd, áður en við byrjum á hárinu á þér? Það er þegar ákveðið."

tók í handlegginn á sér og gekk í átt að baðherberginu, blikkaði Robert og sneri sér svo að Caty , "Ég er með eitthvað mjög gott í huga fyrir hárið þitt."

"Ég er bara að fara í göngutúr með um...Robert, ég fer líka í sturtu á eftir, mamma. Ég kem bráðum aftur."

"Allt í lagi elskan, ekki taka of langan tíma." Caty sneri sér að Maggie, "Heldurðu virkilega að þú getir gert eitthvað í þessu rugli?" Hún sneri lokk af dökkbrúnu hári um litla fingur sinn.

"Susa, skildu eftir búninginn þinn hjá Nicky. Hún hefur leiðbeiningar um hvernig þú ættir að vera í honum," sagði Robert þegar Susan tók upp töskuna sína og horfði undrandi upp á hann. "Treystu mér, litli."

Susan leit á baðherbergishurðina sem Maggie var nýbúin að loka og kinkaði kolli.

Hún bar svo töskuna sína inn í herbergið sitt með Robert á eftir sér.

Hún henti töskunni á rúmið sitt og beygði sig til að fara og fann að það hindraði leið hennar þegar hún leit í kringum sig í svefnherberginu í æsku.

Hann brosti til hennar og tók eftir litlu snertingum uppreisnar meðal hinna óspilltu bleiku og hvítu skreytinga æsku hennar sem móðir hennar hafði útvegað herbergið.

Hann gekk fram og opnaði skápinn sinn.

"Ah, hér er það. Ég var að spá í hvort þú værir einhvern tíma unglingur," Robert hló.

Innan í hurðunum var þakið myndum af vinum, veggspjöldum og límmiðum.

Ruslakassar vöktu skápagólfið ásamt slitnum inniskóm og töffum hælum.

Hún gekk til að loka dyrunum og roðnaði djúpt.

„Mamma er mjög vandlát á hvernig húsið lítur út," muldraði hann.

— Svo góð stelpa, ekki satt? Hann fór aftur að dyrunum. "Þú munt samþykkja allar tillögur stelpnanna um hárið þitt, förðun og fataskápinn. Ég hef gefið Nicky nákvæmar leiðbeiningar um hvernig þú ættir að líta út."

„Já meistari," hvíslaði hann.

"Góð stelpa. Farðu nú í sturtu. Þú þarft ekki að ganga með mér til dyra og ég kem snemma í kvöld."

„Já, meistari," var rödd hans varla meira en hvísl.

"Ó, og þú getur kallað mig Robert hér ef það var það sem þú hafðir áhyggjur af í hádeginu."

"Takk mmm...Robert," hún rakst samt yfir nafnið hans.

Hann brosti og nussaði létt um kinn hennar þegar Paul kallaði niður stigann.

"Mig vantar hönd þarna niðri."

"Farðu." Róbert sneri sér aðeins við til að tala við hana "Ég er að yfirgefa stelpurnar núna og fara úr vegi áður en þær breyta mér í prinsessu dómsins. Ég verð niður eftir eina mínútu."

Augu hans höfðu ekki yfirgefið andlit hennar þegar hann hafði verið hjá föður hennar, og hann lækkaði höfuðið og kyssti hana snöggt.

"Vertu góð stelpa og gerðu eins og þér er sagt þar sem stelpur munu aðeins koma óskum mínum á framfæri. Ég mun sjá þig sem ævintýri ævintýraríkisins í kvöld. " Hann kyssti hana aftur og muldraði "Mín", áður en hann dró sig skyndilega í burtu.

Síðdegis flaug fram hjá.

Hún hafði verið þvegin, nudduð, lagfærð og máluð ásamt móður sinni.

Móðir hans hafði hrópað aftur og aftur um þennan munað eða þann munað.

Fyrir sitt leyti hafði Susan samþykkt allar ákvarðanir hans með því að segja Nicky strax í upphafi:

"Þú veist hvernig búningurinn minn lítur út. Gerðu bara það sem þér finnst best."

Hún hafði loðað við keðjuna sem hann hafði gefið henni fyrr síðdegis.

Loksins viðurkenndi hún álfann sem mjög fullorðna útgáfu af Disney karakternum Skellibjöllu sem hún hafði elskað sem barn og brosti.

Hann minntist þess að hafa reynt að fljúga og slasast þegar hann stökk frá borðum og stólum á meðan hann notaði litla vængi.

Róbert var kominn aftur til að sjá um undirbúninginn í garðinum.

Páll gekk með honum í að undirbúa allt.

Susan og móðir hennar höfðu setið saman á svölunum þegar sólsetur nálgaðist og Susan heyrði móður sína hafa áhyggjur af því sem þær hefðu gert við matinn sinn og skreytingarnar sem hún hafði ekki séð þegar þær heyrðu rödd föður hennar:

„Við ætlum að borða afgangana sem þú skildir eftir í margar vikur, þú veist," hló faðir hans úr dyrunum. „Það er kominn tími til að klæða sig, ástin mín," rétti hún Caty höndina . "Nicky hefur komið með búninginn í herbergið þitt, Susy. Farðu."

Hún fór inn í herbergið sitt og brosti til Nicky.

"Loksins get ég séð það."

"Ó, hefurðu ekki séð það? Það er stórkostlegt. Komdu, við höfum nóg til að klæða þig upp í."

Hún lyfti eplagræna klútnum upp úr kassanum þegar Susan missti skikkjuna sína.

Hún var ekki klædd í neitt undir og kom sjálfri sér á óvart með því hversu auðveldlega hún hafði klætt sig nakin síðustu tuttugu og fjóra klukkustundirnar fyrir framan ókunnuga.

steig inn í það sem hún hélt að væri einhvers konar síðbúningur í fullri lengd, tók hún eftir flóknu perlunum sem hún var með og þegar hún lyfti því upp og setti það á sinn stað tók hún eftir því að bútasaumur höfðu verið saumaðir í faldinn.

Hún setti það á sinn stað og eina axlarólin hallaði yfir öxl hennar.

Hún dró djúpt andann þegar hún lokaði krókunum og stillingunum kröftuglega og roðnaði örlítið þegar Nicky stjórnaði fjörugum brjóstum sínum á sinn stað og gaf henni meira klofning en venjulega.

Lítið pils úr úrvali af skærgrænum efnum með perlum og sumum efnum útsaumað til að líta út eins og laufblöð var síðan dregið upp yfir aðra mjöðmina og fest á sinn stað.

Síðan færði hann sig yfir á hitt lærið og mjöðmina og festi það örugglega aftur.

Ég gaf henni litla eplagræna satínskó fyrir fætur hennar.

Hann festi síðan gylltar keðjur með litlum enameleruðum bjöllum og laufum við úlnliði hennar og ökkla áður en hann rykti hvern óvarinn tommu af húðinni með fínu gylltu glitri.

"Þú ert næstum því búinn, Skellibjalla."

Nicky tók ævintýrakeðjuna sem Robert hafði gefið honum áðan og festi við hana viðbótarkeðju af glerunguðum laufum áður en hann setti hana um hálsinn og steig til baka.

"Farðu og líttu í spegil á meðan ég tek vængi þína."

Hann stóð fyrir framan spegilinn hennar þar sem hún festi við hann viðkvæma, fallega útbúna vængi, líkt og litlir fiðrildavængi.

Silfurrammi hans var innbyggður gagnsærri filmu til að láta hann líta út eins og litlir litaðir glergluggar.

Nicky festi þá við bakið á henni.

„Vá," andvarpaði hún.

Susan var óvart og þó hún hafi verið ánægð með að sýna foreldrum sínum fyrst, það sem hún vildi í augnablikinu var að sjá bros meistara síns og ánægju yfir búningnum sem hann hafði valið á hana.

Hún áttaði sig á því að hún vildi ekki bara hafa hann, heldur þurfti hún á honum að halda og hugur hennar snerist við þessar hugsanir þegar hún fylgdi Nicky aftur í herbergi foreldra sinna.

"Ó, Páll, sjáðu að litli Tink okkar er kominn aftur! Elskan þú lítur dásamlega út. Mundu að þegar þú varst lítill var allt sem þú vildir vera Tink og líttu á þig núna."

Faðir Susan kinkaði kolli.

"Þú lítur fallega út, en það er svolítið afhjúpandi, Susy. Er þér ekki kalt? Þetta er ekki sundlaugarpartý."

"Sjáðu hver er að tala," svaraði Susan ósvífni, "Hvernig talaði mamma þig til að vera í sokkum?"

"Ó, þegiðu. Þið lítið báðir dásamlega út, bara ekki eins góðir og ég," hló mamma hennar og sneri sér þokkalega.

" Susy, komdu niður og athugaðu hvort Robert hafi allt tilbúið fyrir mömmu þína áður en hann skammar mig aftur." spurði faðir hennar.

"Auðvitað pabbi." Hún leit á móður sína: "Þú lítur svo falleg út, mamma. Þetta var mjög góð hugmynd."

Hún hljóp næstum út úr herberginu, spennt fyrir meistara sínum að sjá hana.

Var það rangt að þrá samþykki hans svona í örvæntingu? hugsaði hann og beit í neðri vörina og stöðvaði gönguna.

Allt um þessa síðustu viku hefði þótt mjög rangt hjá honum.

Mörkin á milli rétts og rangs voru henni óskýr núna og hún vissi ekki á hvaða tímapunkti hún var að teikna þessar línur upp á nýtt.

Hugsanir hennar bárust frá einum stað til annars, og þegar hún steig út um eldhúshurðina, tók hún andann.

Garðurinn var baðaður í heitum ljóma milljón tindrandi ævintýraljósa sem voru spennt frá trjánum og hengd upp við staurana.

Stígur lá að risastóru tjaldi og hún fylgdi því að innganginum.

Þegar hún horfði inn var hún óvart.

Á hliðunum var ríkur dúkur sem var festur við önnur plötur, sem skiptu tjaldinu í lítil útisvæði með þægilegum sófum og stólum.

Í miðjunni voru lítil borð sett í kringum miðdansgólfið, efst af tveimur konunglegum hásætum við borð fyrir tvo.

Reyndar líktist þetta ævintýraríki og hún varð agndofa þegar hún fann hönd hans renna niður öxl hennar og handlegg.

"Halló Skellibjallan mín. Líkar þér við búninginn þinn?"

"Ójá". Augu hans tindruðu þegar hann leit í kringum sig áður en hann hvíslaði: "Meistari."

Hann brosti henni breitt og hún fann alla hlýjuna fylla magann af kunnuglegu fiðrildunum sem þessi maður gaf henni.

"Mikilvægara, líkar þér það?" spurði hún rólega.

"Jæja, láttu mig sjá," brosti hann, "snúðu þér við fyrir mig."

Hann tók sér smá tíma til að stækka hana þar sem hún horfði á rjúkandi hvíta skyrtuna hans, klædd í buxur og stígvél, og velti því fyrir sér hvort það væri meira í búningnum hans sem væri ekki strax áberandi þegar hann loksins talaði.

"Mjög sætur og það passar þig fullkomlega."

Hún brosti til hans.

"Pabbi vill vita hvort allt sé tilbúið svo hann geti leyft honum að koma til mömmu, ég held að hann sé að gera henni erfitt."

Róbert hló:

"Jú, ég skal opna kampavín. Bíddu aðeins við og ég fer með þér aftur í húsið."

Hann fór í ríkulega útsaumaða kápu og þriggja fjórðu hatt.

Ermurinn á annarri jakkaerminni var svartur og silfurkrókur ljómaði fyrir ofan hönd hans.

„Krókur," sagði hún.

"Já, í sögunni held ég að honum takist að fanga Skellibjöllu litlu í gullnu búri. Kannski nær hann þér, litli. Búr fyrir þig virðist vera góð hugmynd, núna." Hann brosti þegar hún leit í kringum sig aftur og tók eftir veitingastarfinu í næði fjarlægð. „Komdu, við skulum færa ástarfuglunum kampavín.

Hún greip bakka með glösum og flösku af barstarfsfólkinu, fylgdi honum inn í eldhús og setti þau á bekk og kallaði niður stigann til foreldra sinna.

"Þegar þú ert tilbúinn, Paul."

Hann sló hana harkalega á rassinn þegar hún sneri aftur á bekkinn og brosti að undrandi andvarpinu.

„Ómótstæðilegur litli minn..." sló hann í gegn þegar foreldrar hans komu niður og gáfu öllum kampavínsglas.

Móðir hans hrópaði af einskærri gleði þegar hún sá umbreytingu í garðinum þeirra.

Hún skoðaði allt vandlega og leitaði að litlum galla svo hún gæti sagt að þeir hefðu átt að láta hana hjálpa, en hún fann engan.

Hún sat í hásæti sínu, skoðaði tjaldið og andvarpaði.

„Þakka þér kærlega fyrir Robert, ég veit að Paul hefði ekki getað gert það án þinnar hjálpar," sneri hún sér að eiginmanni sínum og brosti „Og hann fær þakkir seinna.

„Eitt í viðbót til að sýna þér ástin mín," tók hann í hönd hennar og leiddi hana yfir á hina hlið hússins á meðan Susan fylgdi forvitin á eftir.

Það voru tvær raðir af tjöldum.

„Sumt fólk verður áfram svo það þurfi ekki að keyra langa leið heim og nú þegar eru hjón hér. "

Það varð læti þegar Mjallhvít og Prince Charming komu út úr tjaldinu og móðir hennar öskraði og hljóp til að knúsa þau.

Susan þekkti frænku sína og frænda sem höfðu búið á Ítalíu síðustu fimmtán árin. ár

Eftir að allt hafði róast eftir mikið faðmlag, koss og tár sneri Susan sér að föður sínum.

"VÁ, pabbi! Hvernig tókst þér þetta allt?"

Þeir gengu allir í átt að tjaldinu þegar faðir hans lagði hönd á öxl hans.

Hann brosti.

"Ég fékk hjálp. en mér gekk vel, ha?"

"Já, pabbi. Þú stóðst þig mjög vel."

Næsta klukkutímann streymdi fólk inn á jöfnum hraða, kampavínið flæddi úr glasi í glas.

Gestir ekki aðeins frá borginni sjálfri heldur einnig frá höfuðborg ríkisins og öðrum ríkjum ferðuðust til smábæjarins og heim til sín.

Susan var knúsuð og kysst af fólki sem hún þekkti varla en fullvissaði hana um að þeir þekktu hana.

Loks losnaði hún undan mannfjöldanum og lagði leið sína að rólegum enda tjaldsins til að ná andanum.

Hún sat í mjúkum sófa á einni af veröndunum til hliðar við tjaldið og sá meistara sinn nálgast hana með Peter Pan og Wendy.

"Þarna ertu Skellibjalla. Ég var bara að segja Peter og Wendy að þau gætu flogið ef við finnum þig og hristum þig af okkur fyrir næluryk."

Hún hló og horfði á þau tvö og þekkti Wendy sem Carla, eiginkonu hans, og hún yppti öxlum.

Hún stóð upp til að heilsa þeim og roðnaði aðeins.

Carla misskildi kinnalitinn og talaði vingjarnlega:

"Við munum í raun ekki hrista þig elskan. Þetta er félagi minn Vicky." Hún sagði og tók í hönd Vicky: "Ég held loksins að ég ætli að skilja við þennan gamla refsingamann sem kemur aldrei heim." Hann ýtti Robert í rifbeinin um leið og hann sagði það. "Vicky, þetta er Susan, dóttir gestgjafa okkar."

Susan blikkaði:

„Vá, ég meina, gaman að hitta þig, Vicky," sagði Susan, of hissa á tilkynningunni.

"Gættu Vicky í smá stund, Susan. Robert, sýndu mér hvar klósettin eru falin, það hlýtur að vera eitt hérna einhvers staðar," og hún tók í handlegg hans þegar þau gengu í burtu.

Þau töluðu svolítið um líf sitt, Vicky var fín stelpa með frekar kringlótt mynd og hún var mjög kvíðin að vera hér með fólki sem þekkti Robert og Carla sem félaga sinn.

"Það er svo mikið af fólki hérna að líklega mun enginn taka eftir því nema Carla segi þeim allt. Hún virðist mjög ánægð með að vera með þér," fullvissaði Susan hana.

"Ó, við erum bæði svo hamingjusöm," Vicky brosti, "ég elska hana. Hún er ótrúleg!"

Hún leit upp þegar hún sá að Robert og Carla gengu til baka til þeirra hlæjandi.

"Gæti ég sagt það ef ég yrði hjá honum?" hugsaði hann: "Höfðust húsbændur og þrælar einhvern tíma játað ást? Ég býst við að hann hefði notað orðin tilbeiðslu og hollustu. Það var ást, var það ekki? Kannski?"

Tennur hans höfðu aftur gripið í vör hennar og hún beit hana hugsi.

Hann sneri sér að Vicky og brosti.

"Ég er mjög ánægður fyrir þína hönd. Allir ættu að hafa slíka ást í lífi sínu. Carla er komin aftur, svo afsakaðu mig, við sjáumst seinna."

Susan hafði fundið fyrir sorg yfir því að geta ekki gert svona rómantíska hluti í þessu ævintýraríki og hún vildi vera í burtu frá manninum sem hún vildi halda í hendur með, vitandi að honum myndi það ekki líka.

Fólk stoppaði hana oft þegar hún lagði leið sína í gegnum mannfjöldann til að heilsa og spjalla, svo hún brosti og rak í gegnum fólkið í troðfullu tjaldinu og lá leiðin hægt og rólega hinum megin við húsagarðinn.

Loksins fann hún pláss, leit í kringum sig og augu hennar stækkuðu af skelfingu.

"Harry."

Hún hljóp til hans.

"Shit Harry, hvað ertu að gera hérna? Ertu ekki í brimferð með vinum þínum? Nei, auðvitað ekki ef þú ert hér. Af hverju?"

"VÁ Susan, þú lítur ótrúlega vel út," hann hallaði sér inn til að kyssa hana og hún lagði kinn sína á hans kinn.

"Afhverju ertu hérna?" spurði hún aftur.

"Ég skildi eftir skilaboð og ég sendi þér sms. Þú svaraðir ekki. Þú sagðir mér það, manstu?" Nú var hann reiður og horfði á hana eins og hún væri heimsk.

Ó guð, hugsaði hann. "Ég hafði ekki svarað skilaboðum þínum," hugsanir hennar urðu dökkar.

Hún vissi að þetta myndi ekki ganga upp.

"Er allt í lagi, Susie?" Robert birtist í hópnum.

"Shit, shit, shit!" Hugur hennar var að snúast "Hvernig gat ég verið svona heimskur?"

Hann spurði hana aftur á meðan hún hikaði.

"Susy?"

"Allt í lagi, ég hélt ekki að Harry væri að koma. Ég sagði foreldrum mínum að hann kæmi ekki, svo hann á ekki sæti..." Hún tók saman hugsanir sínar og dró djúpt andann, "Robert, þetta er Harry."

Þeir tókust í hendur þegar Robert sagði:

"Ég sé það. Jæja, núna þegar hann er hér, þá er best að hann verði áfram. Við getum lagt hann að bryggju við eitt af bakborðunum, ég er viss um að það er pláss þarna, komdu með mér, Harry, og við skipuleggjum stað. fyrir þig."

Robert talaði af valdi og gaf Harry engan annan kost en að fylgja honum inn á barsvæðið og þegar Harry var borinn fram bjór sá Robert um sæti.

Robert sneri sér að henni þegar hann talaði enn og aftur við hóp fólks og hallaði sér inn til að hvísla í eyra hennar:

"Ekki hafa áhyggjur, treystu mér."

Hávær sagði:

"Anne er að leita að þér. Hún og Alan komu fyrir um tuttugu mínútum síðan."

"Í alvöru, er Anne hér?" Hún leit spennt í kringum sig, fegin að eiga vinkonu sína hér í kvöld. "

„Já, í alvöru, hvers vegna ætti ég að ljúga?" Robert hló að spenningi hennar. „Ég held að þau hafi farið til að votta konungi og drottningu virðingu sína. Ég skal finna þau svo þú getir verið hér, litla Skellibjalla. ekki fara."

Hún kinkaði kolli.

"Já, um...Robert."

"Góð stelpa, passaðu upp á Harry hennar."

Hann horfði á Robert fara í gegnum troðfulla tjaldið þegar Harry lagði handlegginn letilega um axlir hans.

Hún yppti öxlum og dró sig frá honum .

"Gætirðu fengið mér í glas, Harry, kannski kampavín?"

"Barinn er þarna." Sagði hún og benti og hreyfði sig ekki í áttina til hans.

Hún ranghvolfdi augunum og gekk ein í átt að barnum.

Eftir viku þar sem verið var að hlúa að henni og hlúa að henni, truflaði skortur á framkomu Harrys hana.

"Róbert hefur rétt fyrir sér." Hugsaði. "Hann er ekki sá fyrir mig, hann er það í rauninni ekki."

Þegar hann kom aftur með drykkinn sinn sá hann Anne og Alan og hló glaður við að sjá þau.

Alan var með of háar buxur með axlaböndum og löngum hvítum kanínueyrum, á meðan Anne var heit rauðklædd díva, Jessica og Roger Rabbit .

Hann tók eftir því að tunga Harrys var næstum því að hallast út úr munninum á honum þegar hann horfði á Anne, en augu Roberts voru á henni.

"Ég hélt að ég hefði sagt þér að fara ekki aftur, Tink," það var harður brún á rödd Roberts og hún hrökk við tóninn.

"Mig vantaði drykk. Ég bað Harry að koma með hann til mín, en hann benti bara á barinn," útskýrði hann.

"VÁ, þetta er slæmur siður, Harry. Herrar hafna ekki slíkum beiðnum. Anne myndi hunsa mig það sem eftir lifði kvöldsins ef ég gerði það." sagði Alan glaður.

Harry hafði gott vit á því að vera vandræðalegur þegar Anne bætti við:

"Og ekki gleyma því."

"Annar drykkur elskan?" Alan brosti.

"Þakka þér, góði herra," svaraði Anne.

"Komdu Harry, ég skal sýna þér hvernig það er gert." Hann greip í handlegg Harrys og leiddi hann á barinn.

Anne hló glaðlega og faðmaði Susan.

"Horfðu á þig Campa-Susan. Þú lítur stórkostlega út!"

"Guð Anne, kjóllinn þinn er eins og annað skinn. VÁ!"

"Hvað, þetta gamla? Ég var bara með það hangandi inni í skáp í húsinu." Hún blikkaði og hló upphátt. "Róbert útvegaði okkur boð á síðustu stundu. Þetta er svo sannarlega veisla. Viltu sýna mér í kring síðar?"

"Jú, ég er svo ánægð að þú ert hér Anne. Ég er í raun."

Alan og Harry birtust með meira kampavín og skiptu um glös stúlknanna og gáfu þjónunum sem fóru fram hjá þeim gömlu.

„Ég sé ekkert gamalt við þennan búning og hann fær þér stig fyrir seinna í kvöld ef þú veist hvað ég á við." Alan blikkaði og Anne ranghvolfdi augunum.

Gong hljómaði og var öllum boðið að taka sér sæti.

Robert hvarf til að hjálpa Harry að finna borðið sitt og sagði honum að finna Carla og Vicky þar sem borðið næst foreldrum þeirra var komið fyrir.

Antipasto diskar voru lagðir fram við sjálfsafgreiðsluborð þegar foreldrar þeirra risu upp til að ávarpa hópinn.

Paul ræsti sig og byrjaði á því að þakka öllum fyrir komuna, vini sínum Robert fyrir hjálpina við að skipuleggja veisluna, fallegu dóttur sinni Skellibjöllu og að lokum talaði hann um ást sína á konunni sem hafði fætt hann síðustu tuttugu og fimm árin.

Móðir hans var með tár í augun og kyssti hann ástríðufullur svo allir sæju.

Hún sneri sér að mannfjöldanum.

Hún talaði um hversu heppin hún væri að eiga svona yndislega fjölskyldu og vini og hversu þakklát hún væri fyrir að allir fengu að vera með þeim í kvöld.

„Svona fundur hefði ég aldrei talið mögulegt." Hann kyssti Paul aftur og sagði "Borðaðu nú, borðaðu! Það er nóg fyrir alla, njóttu!"

Kvöldverðarsamtalið var líflegt þar sem frænka hennar og frændi glöddu þau með sögum af Ítalíu og buðu Susan að koma hvenær sem hún vildi.

Aftur á móti sagði hún honum frá þeirri blekkingu sinni að hafa alltaf viljað sjá undur landsins og fegurð sveitarinnar sem hún hafði heyrt svo mikið um frá foreldrum sínum.

Þegar aðalréttunum var lokið fóru gestirnir að færa sig á milli borðanna til að spjalla við ólíkt fólk.

Susan gaf upp sæti sínu til vinar frænda sinna og leit í kringum sig til að sjá Anne ganga í áttina að henni.

"Susan, sýndu mér hvar þú hefur falið herbergi stelpunnar þinnar, vinsamlegast." Anne brosti.

Róbert reis líka til að yfirgefa sæti sitt og sagði:

"Þið stelpur skemmtið ykkur," og hélt í áttina sem Anne var komin frá.

Þegar þau sneru sér inn í húsið stoppaði Susan til að kynna Carla.

"Ó Anne, hefurðu hitt Carla og Vicky? Carla, Anne og félagi þeirra eru vinir Roberts í vinnunni."

Carla stóð upp og brosti.

„Nei, ég og Robert höfum ekki farið í sömu hringi í mörg ár. Gaman að hitta þig, Anne. Þessi kjóll er töfrandi!"

"Þakka þér fyrir, Carla, þú og Peter Pan eruð frábært par. Ég tek Susan núna til að sýna mér hlutina hennar, en ég kem strax aftur til að spjalla við þig, eða koma og heimsækja borðið okkar eftir eftirrétt." Hún hvatti hana áfram.

„Þú veist þar sem þú hefur hitt dótið mitt að utan, þá skulum við fara inn í húsið." Susan hló og leiddi Anne inn um eldhúshurðina að baðherberginu niðri.

Þegar Anne kom inn hallaði Susan sér að veggnum og lokaði augunum.

Kampavínið var á fullu, honum fannst betra að drekka meira vatn þegar hann kæmi til baka.

Þegar hún opnaði augun var Robert þarna og horfði á hana.

Hún fraus.

„Það lítur út fyrir að við þurfum að tala saman, litli.

Hann gekk í áttina að henni með augun á róli um húsið.

Baðherbergishurðin opnaðist og Anne kom út.

"Ég þarf að tala við Susan, Anne. Beygðu bara til vinstri út úr eldhúsinu , haltu áfram og þú munt finna leiðina til baka."

Augu hans fóru aldrei úr andliti Susan þegar hann talaði við hana og hún fann púlsinn hraða.

Hún var ekki viss um hvað hún vildi segja, þó hún hafi haldið að þetta væri Harry og hrópaði aftur fyrir að vera svona heimsk.

Anne fann spennuna geisla af Robert og gaf Susan hughreystandi augnaráð, hún skildi þá í friði.

Hann rak hana á undan sér niður stigann og inn í herbergið sitt.

Hann tók stóra ferskju upp úr vasanum, sagði „Opnaðu munninn" og stakk henni á milli tannanna.

"Bit, en ekki til enda."

Hann horfði á hana þegar hún hlýddi.

"Góð stelpa, haltu því nú þarna. Hallaðu þér fram og leggðu hendurnar á rúmið með fæturna á vítt í sundur."

Hann lyfti laufum pilssins hennar, greip efnið sem huldi hana að aftan og togaði harkalega til að draga nærbuxurnar niður og afhjúpa rassinn.

Hún stundi rólega í kringum ferskjuna.

Hann færði sig yfir í töskuna sem hann hafði pakkað og tók fram lítið kvenleðurbelti.

Fyrsta högg beltsins kom henni í opna skjöldu og hún spýtti næstum út ferskjunni þegar öskrin hennar var deyfð af henni.

„Þetta var fyrir að segja mér ekki frá skilaboðum Harrys .

Hann sló hana aftur.

„Fyrir að hafa ekki treyst mér nógu mikið til að takast á við nærveru þína hér"

Beltið náði honum í þriðja sinn.

"Og fyrir að deita svona hrokafullan gaur."

Fingur hans raktu lengdina á rauðu, stingandi línunum sem hann hafði skilið eftir á henni áður en hún barði hann enn einu sinni.

„Og vegna þess að þrællinn minn lítur út eins og svo heit drusla að nú fæ ég reiðisköst".

Þegar hann barði hana fyrir aftan, vissi hann að hann hafði ekki slegið hana nógu mikið til að valda henni raunverulegum sársauka eða láta hana væla, en nóg til að hita hana upp og minna hana á yfirráð hans yfir henni.

Hann dró klútinn úr endaþarmsopi hennar og dró hann á sinn stað um leið og hún dró djúpt andann.

„Eitt að lokum".

Hann stakk því sem leit út eins og tampon í kisuna hennar. að hann var blautur af því að sýna yfirráð yfir henni.

"Ef ég er óþægileg í kvöld, þá verður þú það líka. Þú getur setið upp."

Hann hélt enn á ferskjunni og sagði: "Opnaðu munninn."

Hún opnaði það og hann tók það af henni og stakk því aftur í vasa sinn.

Upp úr hinum vasanum tók hann upp fjarstýringu og minnið hans skilaði skemmtilegum tilfinningum:

"Jæja, þú manst, við skulum reyna það, ekki satt?"

Hann ýtti einu sinni á rofann svo lágur titringur byrjaði innra með henni sem varð til þess að hún andaðist og hoppaði aðeins.

Hann brosti.

„Bara yndisleg“ og strauk henni um kinnina. "Eigum við að fara aftur í veisluna núna?"

„Já, meistari," hvíslaði hann.

Þeir yfirgáfu húsið og fóru yfir garðinn að tjaldinu.

Robert leiddi Susan að bakborðunum þar sem Harry var að daðra svívirðilega við eina af stelpunum sem hafði verið hluti af hár- og förðunarteyminu, Lia mundi hvað hún hét.

"Hvar í fjandanum hefurðu verið?" Harry urraði næstum á Susan og hún áttaði sig á því að hann var drukkinn.

"Kannski ættir þú að endurorða þessa spurningu áður en ég hjálpa þér að finna siðina þína Harry," rödd Roberts var róleg og yfirveguð, en hann horfði verulega á Alan sem sat við næsta borð.

"Hvað er að gamli?" Harry sagði stríðnislega, "Ég get talað við kærustuna mína eins og ég vil."

"Þú ert óboðinn gestur sem drekkur ókeypis áfengi og borðar ókeypis mat og þú þarft að sýna fólkinu sem gefur þér allt þetta virðingu, Harrycito . Ein svona athugasemd í viðbót og við hjálpum þér að finna þessa siði til góðs.."

"Þú og nokkrir aðrir," Harry stóð upp óstöðug þegar Alan lagði hönd á öxl hans.

"Það sem þú virðist gleyma, Harrycito , er að þú ert hræðilega ofurliði hér. Við erum öll vinir eða fjölskylda hamingjusama parsins, þú ert það ekki í augnablikinu."

Nokkrir menn frá borðunum í nágrenninu höfðu líka staðið upp og Susan var skelfingu lostin yfir því hvernig Harry hagaði sér.

"Ætlarðu að standa þarna eins og heimsk kelling og segja ekki neitt?" Harry hrækti á Susan. "Ég er hjá henni, mér er boðið."

„Þú varst að skemmta þér með vinum þínum, þangað til þú komst hingað, það er það sem þú sagðir," hún þagði til að draga andann, „Og miðað við að þú varst að þreifa á Liu núna, þá held ég að þú getir ekki treyst mér til að bakaðu þig." sagði hún mjög rólega, "Fólk væri ekki of ánægð ef það héldi að ég ætti kólibrífuglakærasta."

"Heimska tík," byrjaði Harry, en Alan klippti hann af.

"Komdu félagi. Þú getur ekki unnið þennan bardaga. Við erum of mörg og ef þú segir eitt orð í viðbót við Susan," sagði Alan hljóðlega, "má falla ég þig á jörðina eins og kartöflupoka og jafnvel sem mun ekki bjarga þér frá því sem þessi gamli mun gera þig síðar".

Tveir sterkir menn úr starfsfólkinu komu:

"Komdu, sonur. Við skulum fara í göngutúr."

„Ef þú lætur mig fara, þá erum við búin Susan," hvæsti hann ógnandi þrátt fyrir aðstæður sínar.

"Já," samþykkti hún, "Við erum búnir. Farðu heim, Harry."

Sterku mennirnir gengu fram þegar hann byrjaði aftur.

"Þú munt sjá eftir þessu, hálfviti ..."

Alan sló hann þá og Harry féll til jarðar.

Mennirnir tóku í handlegg hans og lyftu honum frá sér.

Susan var skelfingu lostin og sneri sér til að horfa á fólkið sem fylgdist með frá nærliggjandi borðum.

"Fyrirgefðu allir. Komdu aftur í veisluna, skemmtu þér, takk."

Faðir hennar birtist við hlið hennar, þegar hún leystist upp í tár.

„Mér þykir þetta svo leitt, pabbi, ég eyðilagði frábæru veisluna þína.

"Vertu ekki kjánaleg, Susy. Þú hefur bara gert daginn minn. Mér líkaði aldrei við þessi skíthæll. Það er kominn tími til að þú farir frá honum." Hann faðmaði hana, "Komdu með mér núna", hann klappaði henni á bakið. „Sérhver prinsessa kyssir nokkra froska áður en hún finnur froskaprinsinn. Hún sleppti sér og hann tók í hönd hennar. "Við skulum fara að finna mömmu þína. Hún verður reið ef við sleppum henni í einhverju drama. Þú veist hvernig hún er."

Caty leit einu sinni á tárvott andlit Susan og fór í fullan dramadrottningarham.

"Aumingja dóttir mín! Hvað gerðist hræðilegt í kvöld! Hafðu engar áhyggjur, dóttir," dró hún Susan að sér, "við reddum þessu á skömmum tíma."

Hún sendi Paul til að finna Nicky og segja honum að fá förðunarsettið hennar og vininum Robert boðið.

Hún leiddi Susan inn í eldhús og lét sér nægja vasaklúta þar til Nicky og Anne komu inn.

"Sástu hvað gerðist? Paul fær aldrei alveg sögur."

„Ég sá það," bauðst Anne til að segja henni þegar Nicky opnaði skjalatöskuna sína og byrjaði að gera við skemmda förðunina.

Anne skildi ekkert eftir sig með því að segja allt atriðið orðrétt.

"Sarkastíski litli gigolóinn. Ég er ánægður með að þú sagðir honum að ríða burt, því ef ég geri það ekki sver ég..." sagði Caty á ítölsku og hélt á kökukefli í höndunum eins og hún ætlaði að lemja einhvern.

"Móðir!" Susan áminnti.

Anne spurði áhyggjufull:

"Hvað sagði hún , hvað sagði hún?"

Susan leit á móður sína.

"Þú veist að blóta og blóta er enn rangt, jafnvel á ítölsku," hló Anne og hló enn meira að svipnum á andliti Caty .

"Hvað svo? Þetta er partýið mitt og ég sver ef ég vil, ég sver ef ég vil..."

Hún byrjaði að syngja lagið „This Is My Party" og Susan rak upp stór augu.

Á þeirri stundu gengu Robert og Paul inn með rauðvín og glös.

"Þú verður að trufla hana fljótlega, pabbi. Hún blótar á ítölsku og syngur gömul taktlög."

"Ooh elskan" brosti hann og fór með konuna sína að dansa um eldhúsið.

"Þið tveir ástarfuglar þurfið að fara út. Fólk bíður eftir eftirrétti." Robert hló og Paul dansaði Caty út um eldhúsdyrnar.

Nicky lokaði töskunni sinni.

"Gott eins og nýtt." Hún brosti til Susan, „Ég held að hann hafi líka verið asnalegur," stóð svo upp og fór aftur í veisluna.

Susan horfði á Robert og Anne, "Mér þykir það svo leitt."

"Æ elskan, ekki, flestar stelpur eins og við deituðu þrjóta og rassgata áður en við fundum lífsstílinn sem okkur líkar við. Það er fín lína á milli drottnunar og drottnunar, rassgats og..." Hún brosti til Robert sem gerði gæfumuninn núna. "Nei elskan ".

Susan kinkaði kolli og horfði á Robert, sem horfði á hana með athygli.

"Anne, viltu sjá útsýnið af svölunum á efri hæðinni? Ég vil ekki fara aftur þangað út ennþá." spurði Susan.

Robert hristi höfuðið ómerkjanlega til Anne.

„Getum við farið á eftir eftirrétt hunangi? Ég veit bara að ef ég kem ekki aftur mun Alan hafa borðað mitt og ég verð að koma og stela þínu fyrir að leyfa honum að gera það."

Susan hló.

„Allt í lagi, við skulum skipta um stað bara fyrir eftirrétt svo ég geti tryggt að þú fáir þinn og ég geti þakkað Alan fyrir riddaraskapinn.

"Mér líkar þetta." Anne brosti og dró hana á fætur. "Komdu svo Skellibjalla, við skulum fljúga."

Robert fylgdi þeim út um dyrnar og aftur til veislunnar.

Hún efaðist ekki um að Alan myndi gleðja hana og fá hana til að hlæja, svo hún leiddi Anne að borðinu sínu og leyfði Susan að fara á eigin spýtur þar til hún áttaði sig á því að engum væri sama um Harry.

Alan horfði á hana þegar hann settist við hliðina á henni.

"Jæja hæ Tink. Ég sparaði þér vandræðin að þakka mér með því að borða tvo eftirrétti sem verðlaun," brosti hann. "Það er erfitt að vera hetja og allt það. Og ég vissi að þú myndir standa við það."

Susan hló glaðlega þegar hann talaði svo ákaft að hún gat ekki haldið brosinu frá andliti sínu.

„Þú ert svo sannarlega hetjan mín, Alan, og sem slík ertu líka velkominn í eftirréttinn minn, en því miður er Anne þarna að borða minn eins og við tölum.

Páll birtist við borðið þeirra.

"Móðir þín gerði þér sérstakan eftirrétt Susy. Hún lét mig koma hingað til að gefa þér hann þegar Anne birtist við sætið þitt."

Hún tók fram disk af fallegum bleikum jarðarberjamakrónum og setti á borðið.

Hann tók í höndina á Alan.

"Þakka þér fyrir að hafa séð um litlu stelpuna mína áðan."

"Ó, ég er að verðlauna, ég fullvissa þig um að Susan hefur lofað mér eftirréttinum sínum og hann lítur vel út héðan!" Alan dró diskinn að sér brosandi eins og skólastrákur sem fékk Susan til að hlæja enn meira.

Paul brosti að hlátri Susan.

"Veistu, ég held að mamma þín muni senda þig heim með kassa af þessari köku líka. Ég held að hún hafi búið til hundruð í síðustu viku."

" Susan, ég bíð eftir þeim sem eru á skrifborðinu mínu á mánudaginn með kaffi."

Alan muldraði með bleiku biti í munninum og í þetta skiptið hló Paul með henni.

"Komdu að dansa við elsku gamla pabba þinn. Við sjáum þig ekki nógu oft lengur."

Hann tók í hönd hennar og leiddi hana aftur fram í herbergið og inn á dansgólfið.

Foreldrar hans voru aðdáendur frábæru rokkballöðanna á áttunda áratugnum og The Eagles lék um þessar mundir úr hátölurunum þegar þeir lögðu leið sína á dansgólfið.

Alan hafði fylgt þeim, sett makkarónurplötuna fyrir framan Anne og tilkynnti:

„Þetta eru verðlaun mín fyrir að bjarga Susan, ekki láta neinn stela þeim." Og hann nálgaðist Caty og bauð henni að dansa með brosi, "Ég heyrði að þú værir að breytast í skepna."

Hann sveiflaði augabrúnunum að henni og hún roðnaði þegar hann dró hana inn á dansgólfið.

Susan fór í gegnum dansgólfið í gegnum hvert lagið á eftir öðru og endaði að lokum í fanginu á Maestro.

Um leið og hann lagði handleggina utan um hana hófst suðið innra með henni aftur og hún andvarpaði og augun stór.

Hún hallaði sér að honum og fann að hendurnar sem nú eru kunnuglegar liggja á sér og lokaði augunum í smá stund þegar Boston lék í bakgrunninum.

Hugur hennar snérist þegar hún opnaði augun og tók inn í fólkið í kringum sig.

Þau dönsuðu mjög nálægt, of nálægt, en hann hélt henni þéttingsfast og suðið innra með henni varð til þess að hugur hennar skýst af tilfinningu þegar hann sneri henni hægt um dansgólfið og hallaði sér niður til að hvísla í eyra hennar.

"Ég dýrka þig, litla Skellibjallan mín."

Öndun hennar var farin að hraðast þegar hann hélt henni að sér og roði hækkaði upp í kinnar hennar.

Hún leit upp til hans og hann brosti og þekkti vanlíðan hennar og hlýju innan þessa hóps.

Ánægjan í augum hans eins og alltaf að fylla hana hlýju.

hennar ruddust framhjá henni á dansgólfinu og hún gekk aðeins frá Robert en hann herti tökin á henni.

"Þú lítur heitt út," öskraði móðir hennar, "farðu með hana út í vatn og ferskt loft, Robert."

„Mig langar mjög að drekka kalt vatn," viðurkenndi Susan þegar foreldrar hennar dönsuðu.

"Dálítið heitt og pirrandi?" hann brosti til hennar.

Hún kinkaði kolli, augun ljómuðu.

"Góður". sagði hann og suðið hætti skyndilega.

Hann leiddi hana á barinn, rétti henni glas af ís og vatni, og þau gengu saman í átt að einum af þægilegu alkovunum sem voru í kringum tjaldbrúnina.

Það var farið að linna í veislunni og fólk sem átti langa ferð heim var farið að leggja af stað.

"Þetta var frábært kvöld. Pabbi stóð sig frábærlega. Ég hef aldrei séð mömmu svona afslappaða í einni veislunni hennar. Takk fyrir að hjálpa."

Hún sneri sér að honum og tók eftir undarlegum augum hans.

Hann greip síðan í hönd hennar og dró hana á eftir sér þegar hann gekk frá aðaltjaldinu inn í myrkrið.

Hún öskraði og hljóp á eftir honum.

Hann festi hana upp að hinum megin við tréð, utan sjónar af veislugestum, og hallaði sér inn til að kyssa hana djúpt.

„Mín," muldraði hann um leið og hann kyssti hana aftur.

Suðið hófst aftur af meiri ákafa og hendur hans toguðu að bolnum á toppi hennar þar til fingur hans lokuðust um geirvörtur hennar og sneru þeim gróflega.

Koss hans kæfði væl hennar þegar hann kvelti hana.

Hann tók skref aftur á bak, tók af sér jakkann og lagði hann yfir axlir sínar og vængi áður en hann ýtti henni aftur á bak og gleypti munninn aftur.

Fingur hans færðust niður líkama hennar og strauk jakkafötin hennar til hliðar.

Hann klemmdi og snéri snípinn hennar þar til fætur hennar nötruðu og hann rann inn í hana með hinni hendinni og dró tamponinn upp úr henni og ofan í vasa hans.

Hann hneppti af buxunum hennar, lyfti henni upp, vafði fótunum um mjaðmir hennar og fór inn í hana.

Munnur hans lokaðist yfir hennar og stal ánægjuhrópunum hennar.

Upptekinn spenna þeirra frá langa deginum sameinaðist til að gera þá bæði kát og koma hratt eftir aðeins nokkrar mínútur.

"Ég fæ ekki nóg af þér litla tíkin mín."

Hún andaði hart þegar hann hrökk frá henni.

Hún horfði á hann áhyggjufullum augum.

"Segðu mér hvað er á þessum fallega litla haus þinni, Susy mín."

Hugur hennar snerist aftur og hún beit á vörina.

Hann gægðist yfir brún trésins.

"Ef ég verð hjá þér verðum við alltaf svona leynilega og við verðum aldrei eins og þau. Eins og pör, haldast í hendur og kyssast þar."

"Hvers vegna myndum við ekki?"

"Jæja, þú ert giftur til að byrja með."

"Ekki mikið lengur."

"Það er satt, en ef Carla hefði ekki fundið einhvern, þá værir þú það samt."

"Ekki ef þú samþykktir að vera minn á mánudaginn. Ég sagði þér að ég hefði aldrei haft ástæðu til að skilja áður, en ég hef aldrei viljað þræl eins og ég, fyrr en núna." Hann staldraði við og leitaði í augu hennar, "Ég myndi gjarnan sýna þessum vanilluheimi að þú ert minn, en fyrst verður þú að sætta þig við hinn heiminn minn, því það er hinn sanni ég. Ég mun vera meistari þinn fyrst. Afgangurinn." Hann veifaði hendinni í kringum sig "Þetta verður eins og það er alltaf. Horfðu á Alan og Anne. Virka þau eins og meistari og þræll hér? Nei, en hún veit samt sinn stað, hvenær og hvar það skiptir máli. Frá því sem við vitum, margir af þeim pörum sem við þekkjum hafa annan lífsstíl bak við luktar dyr."

Hann horfði í augu hennar.

"Ég er ströng, hörð, sadisti í notkun minni á þér, en ég dýrka þig líka, elska þig og mun alltaf hugsa um þig og hlusta á þig. Að gefa mér vald til að stjórna og drottna yfir heiminum þýðir að áhyggjur þínar verða mínar eiga og ég mun sjá um þá. " fyrir þig. Þú sagðir mér þegar foreldrar þínir byrjuðu að skipuleggja þessa veislu hvernig þú hefðir áhyggjur af dramadrottningu þráhyggju móður þinnar. Ég hitti föður þinn og bjó þetta til."

Hann þagði til að láta orð hennar sökkva inn.

— Gerðirðu þetta allt fyrir mig? hvíslaði hún.

"Nei." Hann sagði: "Ég gerði þetta fyrir mig. Ég þurfti meiri tíma með þér. Ég vildi ekki að þú værir að ferðast hingað og þangað um hverja helgi eða taka þér frí til að róa taugar móður þinnar. Það sem gerðist í þessari viku síðan, er enn mikilvægara að hlutirnir hér ganga snurðulaust fyrir sig. Ég er sjálfselskur skíthæll, lítil stelpa, og ég vildi ekki deila þér þessari viku með neinum eða láta trufla mig af ráðþrota móður." Hann brosti til hennar, "Ef ég hefði getað kallað á móður náttúru til að hjálpa mér, hefði ég frestað þessari veislu. Þú hefur glatt mig umfram allar væntingar í þessari viku. Ég er svo stoltur af þér, fullkomni litli þrællinn minn."

Hún bráðnaði undir þessu brosi þegar hugur hennar hvarf frá orðum hans.

Hún var ekki viss um að hún myndi þakka honum eða vera reið út í hann fyrir að hafa afskipti af lífi hennar og foreldra sinna.

Hún leit aftur í kringum tréð og sá hversu ánægð þau voru í tjaldinu og hversu töfrandi þetta allt virtist.

Það eina sem fór úrskeiðis í kvöld var þér að kenna, Harry.

Hún grét sjálfa sig aftur.

Hann hélt henni um hálsinn, þrýsti henni fast að trénu og kyssti hana djúpt, eignarlega og af ákefð sem fékk fæturna til að titra áður en hann sleppti henni.

"Þú ert mín Susy. Þú veist að það er satt." Ég sleppti henni. "Ég vona að fólk líti upp til þín og það virðist eins og ég þurfi að skipta um buxur fyrir að vera svo heit blaut tík sem þú ert. Ég deili þér með öllum í kvöld, en á morgun verður þú aftur ein með mér."

"Já herra." Hún beit á vörina, "Gæti ég notað þetta?"

Hún togaði í trefilinn á úlpunni, jakkafötin enn til hliðar og hún fann fyrir ásamt á læri hennar.

Hann brosti eins og hann íhugaði beiðni hennar og hún roðnaði innilega.

Á meðan tók hann stóra servíettu úr vasa sínum og tampóninn sem hann hafði tekið fram.

Hún hristi til baka þegar hann hreinsaði hana upp og setti leikfangið sitt aftur í.

Hann setti dulbúninginn aftur á sinn stað og brosti,

„Allt betra í bili".

Hann tók í hönd hennar og byrjaði að ganga aftur til veislunnar.

Fólk þagði og spjallaði hátt á ytri svæðum þegar það nálgaðist og hann sleppti ekki hendinni á henni fyrr en þeir voru aðeins nokkurra feta í burtu.

„Ég verð að fara að þrífa, sóðalega litla tíkin þín," hvíslaði hann að henni og sneri sér að húsinu.

Anne kom nær og brosti.

"Þú stundaðir kynlíf!" hvíslaði hann milli hláturs: "Og ekki ljúga að mér, ég tek alltaf eftir því."

Susan roðnaði.

„Anne! Foreldrar mínir eru þarna."

„Hvað þá?" sagði hann „ég veðja að þeim líkar vel við kanínur."

„Ekki mynd sem ég þarf í hausnum á mér, takk Anne," sagði Susan hlæjandi.

"Jæja, við skulum fá okkur aðra vínflösku og bjarga mömmu þinni frá Alan. Hann er enn að reyna að sannfæra hana um að hann sé til taks þegar hún yfirgefur Paul til að verða skepna."

Susan hló glaðlega.

"Ég þarf virkilega að fara á klósettið fyrst. Farðu, ég næ mér eftir smá."

Hún flýtti sér um tjaldið þangað sem hún hafði séð útiböðin.

„Vá," hugsaði hún þegar hún gekk inn á salernissvæði verslunarinnar, „þetta er flottara en ég ímyndaði mér.

Hún rakaði pappírsþurrku lítillega, læsti sig inni í klefa, hreinsaði sig eins vel og hún gat og rétti úr búningnum.

Á leiðinni út tók hún sér góðan tíma á leið sinni aftur í tjaldið.

Aðeins örfáir voru eftir, flestir sátu í litlu sófasvæðum nálægt barsvæðinu þar sem þeir höfðu einnig sett upp kaffistofu.

Susan gekk til og settist niður í sófa nálægt foreldrum sínum og vinum.

Alan horfði á hana og hallaði sér fram.

"Komdu hingað, Skellibjalla."

Hún stóð upp þreytt og gekk til hans.

Hann ýtti henni niður til að setjast á hnéð og brosti til hennar.

„Ó, ég skil," sagði Susan og lagði eyrun að höku hennar, „Nú fyrir jólasveininn langar mig í..." allir sprungu úr hlátri og Alan virtist óánægður með að hann væri að eyðileggja skemmtunina.

"Gefðu mér þessi eyru aftur ósvífni stelpa, þú ert örugglega á óþekkur lista núna."

Robert kom og lyfti augabrún í áttina að henni.

"Ég ætlaði að segja Susan að þegar Caty yfirgefur Paul til að verða skepna, þá er nafnið mitt efst á listanum. Ég var bara að athuga hvernig henni leið þegar hún sat á hnénu á mér, en hún var að stríða mér miskunnarlaust. " Og þú veist hvað ég er viðkvæm sál."

„Mjög viðkvæm sál," sagði Robert með fullkomlega beint andlit.

Anne ranghvolfdi augunum og sagði:

"Komdu og sestu hjá mér, Tink. Ég held að ég sé eina heilvita manneskjan sem eftir er í þessum litla hópi."

Kvöldið hélt áfram með því að allir hlógu og grínuðust sín á milli þegar starfsfólkið hreinsaði upp veisluruslið fyrir aftan sig.

Caty fór að finna fyrir syfju og Paul hjálpaði henni upp.

Kvöldvakamennirnir fóru að lokum með litlu tjöldin við hlið hússins og stóra tjaldið þagnaði.

Anne rétti honum glas af víni og sagði:

"Skál Susan. Gæti alveg eins verið vakandi og horft á sólina koma upp núna. Það verður ekki langt í það."

Susan smellti glasi sínu við glasið hennar Anne á meðan Alan muldraði:

„Við ættum að aðskilja þessa tvo Robert, ég held að Anne hafi slæm áhrif á sætu stelpuna þína.

Hann stóð upp og lyfti Susan upp í kjöltu Roberts áður en hann settist við hlið Anne og dró hana nær sér.

"Frábært kvöld, Robert. Takk fyrir boðið. Anne, þú hefur safnað upp miklu óráði hérna sem við gætum þurft að fara yfir á mánudaginn."

Anne hló.

„Hann var með sérstakt friðhelgi í kvöld, er það ekki, Róbert?

"Aðeins ég. Ég get ekki talað fyrir hann."

" Úbbs . Kannski ættum við að finna varatjald svo ég geti bætt þér það, meistari," gerði Anne hreyfingu.

„Reyndar langar mig að skipta um áður en morgunverðarfólkið kemur, en ég vil ekki missa af sólarupprásinni, svo það getur beðið." Alan horfði verulega á þræl sinn.

Þeir féllu í rólegu og auðveldu spjalli.

Anne spyr um Harry og ræðir um fjölbreytt úrval búninga sem þau höfðu séð.

Robert fjarlægði vængi Susan svo hún gæti hallað sér almennilega að honum.

Þegar sólin tók að hækka á lofti færðu matsölufólkið þeim disk af nýbökuðu brauði, skinku, osti og eggjum sem þeir borðuðu ljúflega.

Þeir átu matinn sinn þegar sólin kom upp, lýstu hægt og rólega upp ævintýraríkið og brutu álögin sem nóttin hafði haldið.

Robert stóð upp og teygði úr sér.

"Það er best að ég fái þessa ævintýraprinsessu í rúmið í nokkra klukkutíma svefn. Sjáumst eftir smá."

Hann tók Susan upp og bar hana inn í húsið.

Hann klæddi hana fljótt af og hjálpaði henni í dúkkustílinn sem hann hafði pakkað fyrir hana.

Hann lá á rúminu með henni og strauk um litla form hennar.

Fingur hans runnu varlega undir samsvarandi nærbuxur hennar þegar hann kyssti hana.

Lærin hennar skildu sjálfkrafa fyrir honum.

Hann lék sér við hana um stund á meðan hann sótti leikfangið sitt.

„Mikið þurfandi," muldraði hann í kossi hennar þegar hann dró hönd hennar til baka og brosti til hennar. "Sofðu nú litla druslan mín," hann kyssti hana aftur og hélt áfram að vaska leikfangið og yfirgaf herbergið sitt þegjandi.

ENDANLEG ÁKVÖRÐUN

Augu Susan stækkuðu hægt.

"Komdu dóttir, stattu upp og vaknaðu." sagði mamma hennar þegar hún settist á rúmið við hliðina á henni. "Þú hefur sofið mikið og við viljum eyða tíma með þér áður en þú þarft að fara aftur í borgina."

„Bara fimm mínútur í viðbót," muldraði Susan áður en hún sneri sér við.

Lítill vatnsstraumur barst á kinn hans.

"Ég er vakandi! Ég er vakandi!" Hún settist upp, kinkaði kolli á sprautubyssuna í hendi móður sinnar og horfði á klukkuna við hlið rúmsins. "Mamma, klukkan er ekki einu sinni níu á morgnana." Annar vatnsstraumur rak hana og hún öskraði: "Allt í lagi, ég er í lagi, ég er að standa upp núna."

"Allt í lagi, farðu í sturtu og farðu niður í morgunmat" Caty brosti til dóttur sinnar sem enn er þakin gylltu glitri og lítur út eins og engill: "Það er svo gott að hafa þig heima dóttir, við skulum njóta þess. Upp, upp, upp."

Hálftíma síðar kom Susan niður og virtist ferskari og bjartari en henni fannst.

Hún hélt höndum sínum fyrir aftan bak og faldi hefnd sína.

Hún gekk inn í bakgarðinn, hissa á því að svo lítið væri eftir af veislunni kvöldið áður.

Aðeins nokkur borð fyrir þá sem höfðu gist og stórt grill í miðjunni suðaði og suðaði þegar eldhússtarfsfólkið eldaði beikon, kjötbollur, egg, pönnukökur og allt það góða sem gerði morgunmatinn að uppáhalds máltíð dagsins. .

Susan gekk hægt í átt að foreldrum sínum og bauð öllum góðan daginn þegar hún fór.

Hann dró fram sprautubyssurnar fyrir aftan bak sér, horfði á þær báðar og beindi sprautubyssunum sínum að þeim.

Hann brosti blíðlega og sagði:

"Þetta er hræðileg leið til að vekja einhvern, þið ættuð að skammast ykkar. Ég er fullorðin kona."

Faðir hennar neitaði sök en Susan vildi ekkert hafa með það að gera.

"Ég veit að þetta var hugmynd þín, pabbi."

Hún brosti og tók í gikkinn sem sýndi að skammbyssurnar voru tómar.

„Næst verður þú ekki svo heppinn," brosti hún.

Með miklum hlátri lækkaði hann vopnin og fór að fá sér mat og djús.

Morguninn virtist líða hratt þar sem fólk streymdi út úr tjöldunum dregist af matarlykt og heimamenn sem höfðu farið heim kvöldið áður sneru aftur í morgunmat.

Það var ekkert merki um Robert, Alan eða Anne ennþá og hún reyndi að vera ekki áhyggjufull yfir því þegar hún tók þátt í léttum, afslappuðu samtali við borðið.

Frænka hennar og frændi voru í viku og buðu þau henni að koma aftur með sér til Ítalíu í frí þegar þau kæmu til baka.

Foreldrar hennar voru spenntir en hún brosti bara.

„Ég veit það ekki, ég þyrfti að ræða það við Robert," þagði hún áður en hún bætti við: „Ég er með vinnu núna.

"Ó, pabbi þinn getur talað við hann, ekki satt Páll?" sagði Caty og skelfingarsvip fyllti andlit Susan.

"Caty hættir. Þetta er ákvörðun Susan. Ef hún vann ekki fyrir vinkonu okkar þyrfti hún að ræða það við yfirmann sinn sjálf. Þetta sýnir að hún er ábyrg. Nú er hún orðin fullorðin og minnir okkur á það. hún tekur sínar eigin ákvarðanir".

Caty byrjaði að mótmæla en Paul endaði samtalið með „Ya, ya my love..." og Caty þáði.

Samtalið flæddi í kringum hana og hugsanir hennar snerust inn á við og beindist að Robert og því sem hann gæti hugsað um umsóknina.

Hún vildi að hann væri hér til að tala við hana.

Hann hafði fyllt heiminn hennar af nærveru sinni síðustu daga og henni leið undarlega á sveimi án hans í kringum sig.

Hún beit enn einu sinni í vörina, kvíðin fyrir fjarveru hans þar til móðir hennar truflaði hugsanir hennar með því að kalla á hjálp í eldhúsinu.

Eldhúsbekkirnir voru fylltir af möndlukonfekti og jarðarberjamökkrónum og á borðinu voru pappamúmar sem brotnuðu saman í litla kassa.

Susan byrjaði að búa til litla kassa og rétti hinum konunum þá til að fylla með eftirréttum til að gefa gestum.

Móðir hans og frænka spjölluðu í kringum hann þegar þær unnu:

"Þú ert svo góð stelpa, Susan. Frændur þínar hjálpa aldrei mömmu sinni," sagði frænka hennar.

Susan hló.

"Ég geri bara það sem mér er sagt vegna þess að það sparar mér tíma sem ég myndi eyða í að rífast og að lokum gefast upp hvort sem er. Það er svo erfitt að segja nei við mömmu... og hún fær alltaf vilja."

„Þegar ég var unglingur var ég alltaf að rífast," sagði Caty ýtti við Juliu, „ég var í öllum þessum svörtu fötum og svörtu förðun. En ég sagði henni: „Það sem þú gerir heima skiptir engum máli, en hvað þú gerir á almannafæri er eitthvað sem allir dæma".

Konurnar fóru á annan veg í því sem ungum körlum fannst ásættanleg hegðun þessa dagana á meðan Susan þagði og hugsaði um það sem móðir hennar sagði.

Flestir voru með opinbera og einkapersónu, af hverju ætti það að vera öðruvísi með hana?

Stöðugir draumar Susan um meistara sinn rofnuðu aftur þegar frænka hennar talaði um að Harry hefði lagt handlegginn um öxl Susan.

"...eins og kjánalega strákurinn sem drakk of mikið í gærkvöldi og sagði slæma hluti um fallegu Susan okkar. Það sem þú þarft er góður maður sem kemur fram við þig eins og prinsessu, ekki einhver kjánalegur strákur sem hefur ekki lært siði."

"Já," sagði Susan, "en Harry var virkilega ljúfur við mig í fyrstu. Við höfum verið saman svo lengi að ég býst við að það hafi verið auðveldara að hunsa skapið hans oftast. Ég hef aldrei verið veislustelpa og hann fer út að drekka mikið með vinum sínum, þannig að við höfum ekki sést mikið síðan við útskrifuðumst."

Hún beit á vörina og hugsaði um manninn sem vildi eyða næturnar hjá henni og varir hennar sveigðust í hálft bros.

"Hvað ertu að brosa til Susan?" spurði mamma hennar forvitin.

"Bara að hugsa um eldri menn, sumir eru mjög myndarlegir, finnst þér ekki? Eins og pabbi."

"Þú vilt ekki einhvern eldri eins og föður þinn. Þú ert ungur og fallegur."

"Ó, ekki segja það," sagði Júlía frænka hennar Susan á óvart, "það er eitthvað sem hægt er að segja um aldur og reynslu. Fullt af stelpum fara í eldri stráka. Og því betra ef hann er ríkur líka." Svo hló hann.

Konurnar hlógu að telja upp fallegar kvikmyndastjörnur á þeirra aldri og sumar þeirra áttu fallegar ungar kærustur eða eiginkonur.

Listinn hélt áfram og áfram þar til Paul gekk inn í eldhúsið.

"Hvað eru þrjár fallegustu konur í heimi að gera hér?" spurði hann grunsamlega þegar þeir þögnuðu.

„Þeir eru að koma sér upp „Sugar Daddy“ fyrir mig, ég held að þeir hafi minnkað það við nokkra fræga leikara, sem báðir eru þegar giftir, eða það held ég.“ sagði Susan og hló.

"Sykurpabbi, ha?" Hann blikkaði hana. "Ég hef heyrt verri hugmyndir. Var Harry þá örugglega búinn?" Susan kinkaði kolli og faðir hennar brosti og lagði handlegginn um öxl hennar. "Góður".

"Komdu dömur. Allir eru farnir að fara. Við skulum taka hana aftur," Paul leiddi þær út úr eldhúsinu með litlu bleiku kassana hlaðna í fanginu.

Anne og Alan sátu og hlógu með hópnum þegar Susan gekk aftur að húsinu og brosti þegar þau sáu þau leita ákaft að meistaranum sínum.

Hann sat við hlið hópsins og hélt á símanum sínum.

Hún hafði yfirgnæfandi löngun til að krjúpa frammi fyrir honum, en í staðinn sagði hún við móður sína:

„Robert fann símann minn, ég veðja að ég skildi hann eftir í bílnum hans í gær."

Svo flýtti hún sér til hans og skildi móður sína eftir til að vera gestgjafi aftur og settist á sætisbrúnina við hliðina á honum.

"Góðan daginn Mm...Robert." sagði hann glaðlega, glaður að sjá hann.

Hann rétti henni símann og sagði gremjulega:

„Þú verður að klára þetta," stóð hann upp og gekk frá henni.

Hún fraus.

Hann var reiður út í hana og fann að brjóst hans herðist af kvíða þegar hann horfði á símann sinn.

Það voru mörg skilaboð og sms, allt frá Harry.

Hún athugaði textana fyrst.

Harry baðst afsökunar í fyrstu, síðan reiður yfir því hvernig hún kom fram við hann og hvernig hún lét hann líta út eins og rassgat.

„Þú gerðir þetta við sjálfan þig," muldraði hann í anda.

Hún beit í vörina og hringdi í símann sinn til að hlusta á talhólf og heyrði svipuð afsökunarskilaboð sem fylgdu í kjölfarið bardagi móðgana þar sem hann hafði ekkert heyrt frá henni fyrr um morguninn.

Augu hans fylltust tárum.

Hún hafði alltaf vitað að hann hefði verið með skap, en hún hafði lært að stilla það í gegnum samband þeirra og hún kom varla fram með það lengur.

Það var honum að kenna að hann var beðinn um að fara í gærkvöldi en hún fékk samviskubit yfir að vera fjarlæg og hunsa skilaboð hans í gær.

Hún þurfti að segja honum að þetta væri búið, ekki vegna Roberts, heldur vegna þess að hún hefði verið að þroskast hægt og rólega síðan þau útskrifuðust og fóru að vinna.

Hún var aldrei djammstelpa jafnvel í háskóla og hann fór samt út næstum á hverju kvöldi með vinum sínum, þeir sáust varla lengur.

Þetta var bara hvatinn til að binda enda á þetta í eitt skipti fyrir öll.

Hún gekk frá hópnum til að hringja í hann og klára þetta.

Hún áttaði sig á því að það hefðu verið mistök að gera það um leið og hann tók upp símann í fyrsta hring.

Hún hélt áfram að ganga í átt að framhlið hússins um leið og hún hóf tízku sína.

„Það er kominn tími til," urraði hann. "Ég kom til baka af ströndinni fyrir þig og þú sparkaðir mér aftan í dýrmæta veisluna þína og kvartar svo þegar ég drekk smá. Þú heldur að ég sé ekki nógu góður fyrir fjölskylduna þína. Ekki satt? Þú hefur alltaf verið tík."

Hann þagði eftir andanum.

"Nei," sagði hann lágt, "það er alls ekki þannig."

"Segðu mér hvernig það er þá. Segðu mér hvers vegna ég ætti að fyrirgefa þér og fá þig aftur."

Hún var hissa á spurningu hans og áður fyrr hefði hún strax fylgt hugsun sinni eftir og beðist afsökunar.

En hún vissi eftir þessa viku, jafnvel þótt hún kysi að vera ekki hjá Robert, að Harry væri ekki sá fyrir hana.

„Þú ættir ekki að gera það," sagði Susan.

Hún fann tárin myndast í augum hennar þegar hún reyndi að láta rödd sína hljóma sjálfsörugg.

Harry þagði, hann bjóst við að hún myndi grátbiðja hann um að taka hana til baka, ekki þetta.

Susan talaði aftur, í hræðilegri þögninni.

„Þetta er búið Harry," það hljómaði hærra en það fannst og hún var fegin að hann gæti ekki séð hana.

"Þú ert ekki að meina það. Ég þekki þig, Susan. Þú munt koma skriðandi til mín. Hver annar myndi vilja þig? Enginn vill hafa einfalda litla stelpu sem fylgir þeim eins og heimsk tík," hvæsti röddin, "Hvað væri álit fjölskyldu þinnar?" til fyrirmyndar ef þeir vissu að þú baðst mig um kynlíf, því erfiðara því betra? Hvað myndu þeir segja ef ég segði þeim að þú viljir að ég skelli þér?"

"Láttu mig í friði. Mér er alvara, Harry." Rödd hennar virtist skjálfandi í eigin eyrum þegar sjálfstraustið fór að bresta henni: "Þetta er búið, við erum búin. Láttu mig og fjölskyldu mína í friði núna, takk."

Hann lagði á, vildi ekki heyra meira af vondu skapi sínu.

Síminn hennar hringdi í hendi hennar og hringdi hljóðlega.

Hann horfði á það þar til það hætti að hringja.

Hún mundi eftir því að hún hafði beðið hann um að lemja hana einu sinni, og hann hálf reyndi, áður en hann sagði henni að hún gerði ekkert fyrir hann og þau fóru aftur í venjulega blástur og fljótur fjandinn.

Það var venjulega.

Síminn hringdi aftur og aftur þegar hann gekk stefnulaus.

Hann blikkaði með tárvotum augum þegar hann reyndi að halda aftur af angistinni sem hann fann þegar nýtt suð hætti að fá hann til að ganga stefnulaust og fékk hann til að horfa á símann í hendinni.

Textaskilaboð birtust á skjánum.

"Þetta er búið þegar ég segi að þetta sé búið, kelling. Ég verð með þegar þú kemur heim í kvöld, heimska kúturinn þinn. Þú munt sjá eftir þessu."

Hún dró djúpt andann og titraði og vissi að hún var í vandræðum.

Hún hafði séð hann svona reiðan nokkrum sinnum og það hafði hrædd hana.

Hún hafði alltaf gert sitt besta til að forðast skaplyndi hans áður með því að láta undan kröfum hans.

Nú var hann reiður út í hana og hún leystist upp í tár.

Hún vissi að hún ætti að segja Robert það, en hún vildi ekki horfast í augu við hann núna.

Hann virtist svo fjarlægur og reiður í morgun, svo hún fór og klifraði uppáhaldstréð sitt til að ákveða hvað hún ætti að gera.

Harry var reiður við hana, hún skildi það, en Robert var líka reiður við hana og hún vissi ekki af hverju.

Hún hafði ekki einu sinni heilsað honum.

Hún gat sagt foreldrum sínum að hún vildi vera heima aftur, finna vinnu hér nærri, hefja líf sitt eftir háskólann upp á nýtt.

Hvað myndu þeir gera ef hún segði þeim að hún væri hrædd við að fara aftur í íbúðina sína, í borgina og vinnuna sína, til Harry og Robert?

Hún yrði föst hér í miðju hvergi aftur.

Það er það sem myndi gerast.

Susan gerði andlit.

Ferðin til Ítalíu með frænku hennar og frænda virtist eini góður kostur hennar í augnablikinu.

Hún hallaði sér aftur að trjástofninum og lokaði augunum og þurrkaði tárin með faldi kjólsins.

„Ég gæti flogið til Ítalíu og byrjað þar nýtt líf og gleymt öllu þessu rugli sem ég hafði skapað."

Faðir hans birtist undir trénu.

"Komdu niður Susy. Þú ert of gömul til að fela þig í þessu gamla tré."

„Ég vil það ekki," svaraði hún hikandi.

"Susan Sanchez! Farðu niður strax. Við höfðum áhyggjur og fólk er að leita að þér." Rödd föður hans var hörð og ekki var hægt að rífast við það. "Ef þú hagar þér eins og stelpa, mun ég koma fram við þig eins og eina."

Hún byrjaði að síga hægt niður og sá Robert birtast við hlið föður síns þar sem hann dinglaði úr lágri grein sem varð til þess að hún frjósi, missti jafnvægið og féll skyndilega til jarðar í sóðalegri hrúgu.

Faðir hennar hjálpaði henni strax upp og tók eftir bólgin rauð augu hennar og roðna andlitið sagði:

— Um hvað snýst þetta þá?

Hann rétti henni símann og sýndi henni skilaboðin.

„Ég er hrædd við að fara aftur í íbúðina mína í kvöld," og eins og hún þyrfti frekari skýringar á því að vera í trénu bætti hún við fljótt: „Hann er með lykil að íbúðinni."

"Þá skiptum við um lása. Þú getur komið þessu fyrir í borginni, ekki satt, Róbert?" Faðir hennar róaði hana þegar hann faðmaði hana. "Þú getur verið hér í nótt. Ég tek þig aftur á morgun eða hinn þegar þetta er komið í lag."

„Nei," sagði Robert of fljótt. „Ég held að það sé ekki svarið," hélt hann áfram um leið og þau sneru sér að honum.

Hann leit á þá báða með dökk augu áður en hann loksins talaði.

"Kannski ættum við að flytja hana í eina af íbúðum fyrirtækisins í smá tíma. Bara til öryggis. Þar er meira öryggi og allir vettvangur myndu forðast ef leitað er að henni síðar."

"Þetta er mjög rausnarlegt af þér, Robert, en við gátum ekki beðið þig um að gera það," byrjaði Paul hægt, "Það er líklega best að hún verði heima í smá stund þar sem hún nái ekki til. Þú getur örugglega bjargað henni frá því að vinna fyrir a. fáeinir dagar." "

"Það er mikil vinna hjá okkur á skrifstofunni þessa vikuna, Paul. Ég er ekki viss um að ég geti lifað af án þess, það er orðið ómissandi. Það er tóm íbúð í húsinu mínu núna. Við notum hana venjulega bara fyrir utan- Viðskiptavinir í bænum." borg, svo það er ekki vandamál. Við gætum flutt það í kvöld. Leyfðu mér bara að hringja nokkur símtöl og þú þarft ekki að gera neitt."

"Ég þekki Robert ekki. Mér þætti betur ef ég gæti fylgst með henni sjálfur. Það myndi róa mig aðeins. Hvað með Susy?" Hún kinkaði kolli mállaus, undrandi yfir atburðarásinni.

Ekki gaf Paul annað tækifæri til að hafna, tók Robert símann sinn og gekk frá þeim á meðan hann talaði.

"Það verður allt í lagi, litla Susy mín. Þú þarft ekki að koma aftur í dag, og kannski ættirðu að vera hér í að minnsta kosti eina nótt í viðbót."

Hann faðmaði hana aftur og fylgdi henni með móður sinni aftur heim og sagði:

„Ég verð hjá þér eftir smá stund, ástin mín," áður en ég elti Robert til að tala meira um ástandið.

Móðir hennar horfði á hana áhyggjufull.

"Mér líður vel, mamma. Svo kveðja vini þína á réttan hátt. Ég ætla að fara til Alan og Anne áður en þau fara."

Susan reif áhyggjufull, sorgmædd augnaráð sitt frá villandi móður sinni til að sitja með vinum sínum.

Alan teygði sig í símann.

"Má ég? Róbert hefur verið að velta fyrir sér þér og þessum síma í allan morgun. Ég held að ég hafi aldrei séð hann jafn greinilega pirraðan."

Susan leit upp til móður sinnar, sem hafði séð hana setjast niður og byrja að tala þegar hún kom aftur með eigin vinum sínum.

„Robert virðist virkilega reiður út í mig. sagði Susan rólega.

Alan tók upp símann og byrjaði að fletta í gegnum textana.

"Við gistum hjá Robert í gærkvöldi," truflaði Anne hugsanir sínar, "hann hefur verið í vondu skapi í allan morgun. Ég held að það sé ekki ástæðan fyrir því að þú ert að segja, elskan. Hann hefur verið að tala við Cörlu til að koma hlutunum í lag fyrir skilnaðinn. ."

Alan hló þegar hann rétti símann til baka.

„Þetta er helvítis reiðarslag og hvað sagðirðu að hann væri gamall? Susan roðnaði: "Þú ættir að trúa mér núna. Láttu Robert sjá um þig og vin þinn. Hvað er hann að gera þarna?"

"Hann er að snúa heiminum á hvolf aftur. Ég hef smá áhyggjur af því að fara aftur í íbúðina mína í kvöld. Harry er með lykil, svo ég held að Robert sé að flytja allt dótið mitt á nýjan stað. Svona, það verður eitthvað þú munt "Ég verð að gera á hverjum degi. Ég held að ég verði að vera hér í nótt og fara aftur í bæinn á morgun."

Alan varð skyndilega alvarlegur.

"Best að hætta ekki egói eins og Harry. Hann kemur ekki saman. Það er góð hugmynd að flytja, þú ættir líklega að fá þér nýjan síma líka. Ég skal sjá hvort ég geti hjálpað Robert. Við viljum ekki neitt gerist fyrir Súsínu litlu okkar."

Anne brosti og bætti við: „Nei, við gerum það ekki," þegar Alan gekk í burtu.

Þegar Anne horfði á Susan lækkaði hún röddina.

"Og ég held að ég leyfi þér ekki að vera hér aftur í kvöld. Robert hefur verið eins og björn í búri allan morguninn á meðan hann og Carla redduðu einhverju fyrir skilnaðinn svo við getum fengið blöðin lagfærð strax," sagði hann. sá undrunina á andliti hennar frá Susan og hætti.

„Það er bara það að hann virðist svo reiður út í mig í morgun og ég veit ekki hvað ég gerði til að hjálpa honum." hvíslaði Susan.

"Kjánalegt, ég er alltaf að segja þér að ekkert okkar hefur nokkurn tíma séð hann haga sér svona. Hann dýrkar þig. Það geta allir séð það. Að hafa hann hérna þar sem hann getur ekki sýnt þér hvernig honum líður eða komið fram við þig eins og hann vill er að drepa hann." Hún brosti, "Ég hef þekkt hann lengi og ég hef aldrei séð hann gefast upp fyrir þörfum stelpu svo mikið. Ég efast um að það líði hálftími þar til hann minnir þig á hver er að þjóna hverjum."

Anne hló þegar Susan roðnaði, tilhugsunin um að hann notaði hana afturhaldslaust fékk hana til að grenja af ótta og eftirvæntingu.

Þá hvíslaði Anne:

„Það er gaman að sjá hann hinum megin við girðinguna, langar í eitthvað sem hann getur ekki tekið."

Anne hleypti frá sér hlátri sem lyfti skapi Susan.

Susan leit yfir þar sem mennirnir þrír voru að tala og hringja.

Bros birtist á vörum hennar og hún vissi að hvert þeirra elskaði hana á sinn hátt og vildi bara vernda hana.

Að sitja aðgerðarlaus og hafa áhyggjur af því sem þeir væru að gera gerði hana aðeins kvíðari en hún vissi ekki hvað hún átti að gera.

„Ég get ekki bara setið hérna og horft á þá gjörbreyta lífi mínu." Susan horfði sorgmædd á Anne.

"Hvað með hringinn sem þú lofaðir mér í gærkvöldi?" Anne lagði til. "Þú þarft samt að fara að pakka dótinu þínu."

„Allt í lagi," horfði Susan aftur á litla hópinn af karlmönnum, „en ég held samt að pabbi minn vilji að ég verði heima í kvöld.

"Ég vil veðja á það." Anne brosti, "Jæja, leyfðu mér bara að fara og segja herrunum að við erum að fara í göngutúr. Og ekki hafa áhyggjur aftur, ég kem strax aftur og þú getur sýnt mér um húsið."

Þau kláruðu ferðina í herbergi Susan svo hún gæti pakkað aftur búningnum sínum og töskunni.

Anne faðmaði hana.

"Allt verður í lagi, þú veist. Robert myndi ekki láta neinn skaða koma til þín," bætti hún við og hló glaður, "ef hann hannaði það ekki sjálfur, auðvitað. Ég er svo ánægð að Robert kom með þig inn í okkar. heiminn. Þetta er eins og að eiga sætu litlu systur sem mig langaði alltaf í."

Susan skilaði faðmlaginu.

"Ég held að það hafi verið það sem Róbert hafði í huga allan tímann. Ég er farin að átta mig á því að allt í þessari viku var gert af ástæðu, jafnvel hvernig ég varð þræll hans," hugur hennar stoppaði við hugsanir hennar um stund, a augnabliki áður en hann sleppti faðmlaginu og hélt áfram, "og hann hefði ekki getað valið betri vin fyrir mig. Þú ert ótrúlegur hvernig þú hjálpar mér."

Susan beit á vörina og muldraði:

„Og ég vil ekki hugsa um það, en engu að síður held ég að hann hafi ætlað að eitthvað svipað myndi gerast með Harry um helgina.

"Ég efast um það og það skýrir líklega hugarástand hans áður. Hins vegar hefur hann tekist á við rassgata eins og Harry áður. Hann hefur hjálpað nokkrum stelpum sem ég þekki í slæmum samböndum. Það eru reglur í heiminum okkar um öryggi og geðheilsu, en þú mun læra um "Það fljótlega. Það mun ekki breyta því hvernig honum finnst um þig, elskan, og ég efast stórlega um að hann skilji þig eftir hér með foreldrum þínum í kvöld."

" Hann vill fá svör á morgun." Susan andvarpaði djúpt.

Anne horfði á hana áhyggjufull.

"Svör við hverju?"

„Hvort ég verð hjá Robert sem þræl hans eða yfirgefi hann og allt sem hann hefur gefið mér," þagði Susan. "Fyrirtækið, nýju vinir mínir ... ég myndi skera mig frá öllu og öllum, ekki bara honum."

"Gaf hann þér valið? VÁ, þú hefur rangt fyrir þér." Anne horfði á ruglið í andliti Susan og lækkaði hana til að setjast á rúmið. "Sumar stúlkur eru kúgaðar eða þvingaðar til þessa lífsstíls, þegar þær hafa ekki fundið hann sjálfar. Flestar velja að vera áfram vegna þess að þær finna stað þar sem þær eiga heima eftir frumþjálfun, annað hvort hjá meistara eða í klúbbi eins og okkar . stúlkur fara eða voru beðnar um að fara vegna þess að þær þoldu ekki þjálfunina eða voru óþjálfanlegar. Þær fáu stúlkur sem halda sig ekki af eigin vali heldur af sektarkennd, ótta eða hafa hvergi annars staðar að fara geta gert góða þræla, en aldrei frábærar vegna þess að þeir völdu það ekki sjálfir."

Susan hlustaði af athygli og kinkaði kolli við síðustu athugasemdina.

Anne tók í hönd hennar.

"Fannst þér það svolítið, eða fannst þér það fyrst? Sektarkennd og skömm yfir því að hafa áttað þig á leiknum hans Roberts?"

Hún horfði á þegar Susan lækkaði höfuðið og kinkaði kolli.

"Æ, elskan. En hann gaf þér valið. Hann vill ekki að þú verðir hjá honum af ótta eða skömm. Hann þarfnast þín til að sætta þig við hver þú ert og hver hann er svo þú getir átt dýpri samband sem gerir báðir ánægðir. Hann hlýtur að vilja sjá um þig." of djúpt til að eiga á hættu að missa þig svona fljótt án þess að klára þjálfun þína."

"Það er svo margt að læra og vita. Ég held að ég geti aldrei lært þetta allt og verið þrællinn sem hann vill." Susan áttaði sig á því hversu sorglegt það lét henni líða.

"Þú ert það sem hann vill!" Anne hljómaði svekktur. "Þjálfun er bara það, að læra færni. Stúlka sem velur lífið að vera undirgefin meistara leggur hjarta sitt og sál í að þóknast honum, því það er það sem gerir hana að því sem hún er, frekar en að sætta sig við hlutverk í því. " hún er þjálfuð eins og hinar stelpurnar. Fyrir sanna undirgefni veitir henni ánægju bara af því að gleðja hann. Skilurðu? Bara sú staðreynd að þú vilt gleðja hann svo mikið og ert í uppnámi yfir skapi hans í morgun gerir þig að þræll sem hann vill og þarfnast."

Enn og aftur kinkaði Susan kolli og viðurkenndi hlýju fiðrildin sem fylltu hana þegar hann var ánægður.

En hún beit á vör þegar orð vinkonu hennar komu upp í huga hennar áður en hún horfði á hana stórum augum, undrandi á einfaldleika útskýringar Anne og hvað hún þýddi fyrir hana.

Hún hafði aldrei talið að hann ætti á hættu að missa hana eða að honum væri alveg sama ef hún færi.

Hún gerði ráð fyrir að hann myndi finna annan til að mæta þörfum hans.

"Hann er ríkur, kraftmikill og myndarlegur; margar stúlkur myndu gjarnan vera hans. Sumar af þjálfaðari stelpunum sem ég hef hitt. Svo virðist sem ég hafi rangt fyrir mér svo oft. Eins og í morgun, hef ég ekki hugmynd um hvað ég gerði rangt. "

"Þú gerðir ekkert rangt. Hann er bara afbrýðisamur út í Harry." Anne lyfti Susan á fætur og dró hana að speglinum. "Líttu á sjálfan þig, líttu virkilega á sjálfan þig. Þú ert falleg, þú ert undirgefin, hvort sem þú viðurkennir það eða ekki. Þú sýnir það hvernig þú kemur fram við fólkið sem þér þykir vænt um. Þú ert nú þegar svo hlýðinn og vel- þjálfað að þú sættir þig við ákvarðanir þeirra án þess einu sinni að efast um þær. Þú rekst á nafn Roberts hér vegna þess að þú vilt kalla hann meistara. Hættu að pína sjálfan þig með efasemdum og sættu þig við þá staðreynd að Robert elskar þig ekki bara, heldur þarfnast þín. Horfðu á sjálfan þig. Sjáðu til. á sjálfan þig og segðu mér eina góða ástæðu fyrir því . Ekki vera hjá Robert og gefa það sem hann býður þér séns."

Susan brosti vandræðalega.

"Þetta er allt svo nýtt og ég veit það ekki. Það er hálf skelfilegt að gefa einhverjum svona mikla stjórn á þér. Hvað gerist þegar það virkar ekki? Væri ég fastur að eilífu?"

"Heldurðu að hann læsi þig inni í búri og hleypi þér aldrei út ef þú gistir hjá honum? Horfðu á mig. Ég fer í veislur. Ég tek mér frí til að hitta fjölskyldu mína og vini. Þetta er ekki fangelsisvist elskan, og hann er nú þegar að taka stjórnina, eins og allir áhyggjufullir vinir eða elskhugar myndu gera. Það er ekki eins og hann sé að gera neitt til að spilla lífi þínu viljandi, en það gæti allt verið svo miklu betra." Hún sneri sér að Susan og faðmaði hana aftur, "Robert myndi ekki láta þig vera hjá honum ef þú værir virkilega óhamingjusöm, því þannig gætirðu ekki verið þrællinn sem hann vill. Hann er mjög góður maður, Susan, þú getur treyst hann." hann. Trúðu mér."

Susan roðnaði og brosti, hugurinn virkaði og sneri eigin hugsunum við.

Hún hoppaði þegar hún heyrði fótatak í stiganum.

„Við ættum að koma aftur áður en þeir sækja okkur.

"Of seint." Rödd Róberts var hörð og brothætt. "Við verðum að fara fljótlega. Farðu til foreldra þinna. Ég skal setja dótið þitt í bílinn."

"Ég verð ekki hér í nótt. Mm...Robert?" spurði hann og Susan náði hlátri Anne og roðnaði.

Robert horfði dapurlega á hana.

"Nei. Þú verður ekki hérna eina nótt í viðbót," orð hennar voru niðurlægjandi, "Þú þarft að vera þar sem ég get séð um þig."

Hún sneri sér við til að loka töskunni, svip hennar olli henni áhyggjum.

„Allt pakkað saman," hvíslaði hann.

Hann nálgaðist hana og lyfti andliti hennar um hökuna og leitaði að augum hennar.

„Þú ert minn," sagði hann.

"Já herra." Hún hvíslaði og hlýi ljóminn lifnaði hægt og rólega í kviðnum hennar þegar munnvikin halluðust aðeins í hálfu brosi.

„Góð stelpa," tók hún upp búningatöskuna og kassann og leiddi þau út úr herberginu.

Gestirnir voru þegar farnir, Alan var með Paul, á meðan Caty og Lucia töluðu hljóðlega saman og reyndu að vekja ekki frænda Susan sem lá í sófanum.

Caty nálgaðist hana og faðmaði hana.

"Nú," sagði móðir hans, "um leið og þú færð nýjan síma muntu láta mig vita númerið. Pabbi þinn vill að þú losnir við þinn. Ekki satt, Paul?"

"Já elskan mín." Paul blikkaði Susan, "Og það er gott að eiga vini. Þú átt nú þegar nýja íbúð. Robert mun fá þér nýjan síma þegar þú kemur aftur í bæinn. Ekki hafa áhyggjur litla Susy," faðir hennar faðmaði hana fast, " Robert Hann fullvissar okkur um að Harry muni ekki trufla þig lengur, en þú getur samt verið hér hjá okkur í kvöld ef þú vilt."

"Þakka þér, pabbi. Mér finnst kjánalegt núna að vera að gera svona læti. Ég hefði ekki átt að hafa áhyggjur og styggja þig svona mikið vegna sambandsslita sem hefði átt að gerast fyrir mörgum árum. Mér þykir það mjög leitt, pabbi." Hún hallaði sér í faðm hans.

"Ekki þakka mér. Ef ég gæti komist upp með það, myndi ég halda þér hér alltaf, þar sem ég gæti tryggt að þú værir öruggur. En þú hefur vinnu og vini til að fara aftur til, þar sem þeir," hann benti á Robert og Alan, „gerðu allt til að tryggja að þú værir öruggur í borginni," sagði Paul.

"Þakka þér fyrir góði herra, þú ert aftur hetjan mín." Susan sneri sér að Alan.

Alan benti á Robert og sagði brosandi:

"Hann gerði þetta allt. Hann leyfði mér þó að horfa á og ég er uppgefin. Þetta var svo mikil vinna."

„Auka jarðarberjaeftirréttur handa þér þá," svaraði hún smitandi brosi hans þegar Alan hló af gleði.

Susan sneri sér að Robert.

"Þakka þér kærlega fyrir, ég veit ekki hvernig ég get borgað þér til baka."

„Ég er með nokkrar hugmyndir," brosti hún, „en þú getur líka byrjað með jarðarberja eftirrétt handa mér.

"Ég fæ meira. Ekki fara enn!" Caty hljóp fram í eldhús og allir fóru að ganga í átt að bílunum.

Caty kom út með fleiri bleika öskjur fyrir karlmennina og sneri sér að Susan með þokukenndum augum.

"Ó, Páll, geturðu ekki látið hana vera hér eina nótt í viðbót? Þar sem það er öruggara."

"Caty, við ræddum þetta nú þegar. Hún hefur skuldbindingar í vinnunni, stór fundur á morgun og hún þarf að pakka niður öllu sínu sem er á hreyfingu." Paul lagði handlegginn um öxl konu sinnar, "Ég vildi óska að hún yrði líka áfram, en hún hefur gott fólk sem sér um hana, hún mun vera örugg hjá þeim."

Caty þefaði.

"Ertu með hrein handklæði og hrein nærföt, svona til öryggis?" hún spurði alltaf þessara spurninga þegar dóttir hennar fór út úr húsi eins lengi og Susan man eftir sér.

Alan hló þegar Susan roðnaði.

"Ó mamma, hættu!"

En Caty var í hlutverki visku móðurinnar:

"Hefurðu farið á klósettið? Þetta er löng akstur og þú vilt ekki láta Robert stoppa á klukkutíma fresti svo þú getir fengið hægðir. Ekki þegar hann hefur verið svona góður við þig."

"Já mamma, ég er farin."

"Farðu samt til baka. Þeir geta beðið í eina mínútu."

„Jæja," gaf hann eftir og logaði í andlitinu.

"Ég fer líka," brosti Anne, "móðir mín segir mér það sama þegar ég fer út úr húsi." Og hann flýtti sér að ná í Susan.

„Ég hef hugmynd um hvernig þú getur endurgoldið Robert," hvíslaði Anne í eyra Susan.

"Bara með því að segja já?" Susan hló.

"Jæja, það er sjálfgefið, en það snýst meira um hvernig á að segja já."

Anne hélt áfram að leiðbeina Susan um hvernig hún gæti grátbiðja Robert um hálsmenið, með nákvæmum smáatriðum, þegar þau skiptust á að þvaga og ganga til baka að innganginum.

Susan hafði roðnað við lýsingu Anne á aðstæðum og þau horfðu allir forvitnir á hana þegar þau nálguðust bílana.

Anne hló þegar hún sá þau.

„Þetta var bara stelpuspjall".

Susan kvaddi foreldra sína, lofaði að hringja og settist í bílinn.

Anne og Alan höfðu farið út fyrst.

"Láttu Susan fara." Paul varaði eiginkonu sína við, hallaði sér út um bílgluggann , "eða þeir komast aldrei þangað fyrir myrkur."

Caty gekk í burtu frá bílnum og horfði á Susan með tárvotum augum og varaði Robert við að halda henni öruggri.

Robert bakkaði hægt upp heimreiðina og beygði út á götuna.

Susan veifaði þar til þau voru úr augsýn og slakaði á í sætinu sínu, uppgefin.

Robert steig á bensíngjöfina og þau hlupu framhjá Alan og Anne, greinilega í flýti til að komast aftur í bæinn.

Augu Susan fóru að síga af svefnleysi þegar vélin vaggaði hana í svefn og sveitin rann framhjá gluggunum.

„Ekki sofna ennþá," urraði hann.

"Hvað gerði ég til að gera þig svona reiðan út í mig?" Hún hvíslaði með semingi: "Ef ég veit það mun ég ekki gera sömu mistök næst."

Hann stöðvaðist og hristi hana aftur í sætið.

Hann beygði út af þjóðveginum inn á ónýtan rykugan veg og ók varlega niður og um beygju.

Án þess að segja orð lagði hann meðal lítillar trjáhóps.

Hann fór út úr bílnum og gekk um og opnaði hurðina og kippti henni út.

Án þess að bíða eftir að hún stæði upp dró hann hana aftan í bílinn og opnaði skottið.

Hann hallaði henni fram yfir brúnina og hélt henni þar með lærunum sínum um leið og hann opnaði skjalatösku sem sat við hliðina á farangri hennar.

Hann vann af nauðsyn og kýldi hana, rauðum gúmmíkúlu stungið inn í munninn á honum þegar hann klemmdi hana fast á sinn stað.

Hann tók upp litla svipu og steig til baka og lyfti kjólnum hennar upp á bakið.

Svipurinn lenti með mikilli sprungu á óvörðum rassinum hennar, marið reis strax upp og fyllti hann þörf hans til að drottna yfir henni.

Hann heyrði deyfðar stynur hennar frá boltanum þegar svipan lenti tvisvar til viðbótar á botninn á henni áður en hún færðist yfir á læri hennar, þar sem svipan lenti tvisvar.

Hún var að væla gegn kjaftinum þegar hann stoppaði til að skoða hana.

Hún var andvaka með líkama hennar skalf og tár streymdu úr augum hennar þegar hann hallaði sér yfir hana og urraði í eyra hennar
.

"Ég var ekki reið út í þig. Ég var ekki ánægður með að litla ræfillinn skyldi um þig. Hann var ekki að gefast upp á þér, en núna ertu minn til að elska og þykja vænt um. Skilurðu? Minn að hugsa um og vernda, mitt til að geyma öruggt og mitt til að þjálfa og nota."

Sprungan af svipunni á lærum hennar varð til þess að hún hrökk við af sársauka þegar hún kinkaði kolli og hann sló svipuna í botn hennar aftur.

"Þú felur þig ekki í trjánum. Þú treystir mér til að takast á við þessar aðstæður. Það er mín ábyrgð að sjá um þig og halda þér öruggum. Af hverju treystirðu mér ekki?"

Hún reyndi að tala í kringum boltann, en það kom eins og deyfð styn.

Hugur hennar hafði loðað við orðið ást eins og það væri hluturinn sem vantaði þessa vikuna.

Hún sá hann taka upp tappann og smurolíu úr skottinu.

Hann skildi í sundur skjálfandi rassinn á henni og dreifði hlaupinu á hana.

"Haltu þig aftur og vertu opinn." krafðist hann og notaði fingur til að hylja hana og tappann.

Hún teygði sig til baka með skjálfandi höndum, til að skilja á sig dúndrandi rassinn.

Hann stakk fingri sínum inn í þrönga gatið hennar og dældi honum inn og út nokkrum sinnum til viðbótar, fann hvernig vöðvarnir mótmæla fingrinum sem var að brjótast inn.

Dempuð hljóð hennar gerðu hani hans enn erfiðari.

Þar sem hann sá að hún var þegar tilbúin fyrir þennan stærri tappann dró hann höndina til baka og þrýsti tappanum að henni.

Hún gaf frá sér styn, barðist og andaði þungt um leið og hún fann hann þrýsta fast að ónæmum vöðvum hennar.

Augu hennar horfðu heilluð á þegar endaþarmsopið opnaðist og gaf sig fyrir tappanum sem teygði hana sársaukafullt.

Hún dró það út til að horfa á gatið opnast í nokkur augnablik, vöðvarnir krepptu saman til að loka henni áður en hún þrýsti tappanum aftur í sig og þvingaði hana djúpt.

Hún stundi um leið og hann fyllti hana, hendur hennar liggja á kinnum hennar þegar hann sest að lokum, vöðvarnir krepptu saman um mjókkandi endann.

Róbert smeygði belti fljótt um mittið á henni, batt síðan langa ól að framan og festi hana á sinn stað.

Hann tók upp lítinn titrara og lék sér létt með hann áður en hann stakk honum í heita, blauta kútinn hennar.

Hún togaði í ólina að framan, kreisti hana létt á milli fellinga sinna til að nudda við snípinn hennar þegar hún sneri sér til að staðsetja hitt leikfangið sem vakti hana.

Hann festi það við beltið með því að spenna það á réttum stað við bakið á honum.

Hann lyfti henni upp á óstöðuga fætur hennar og teygði sig á bak við háls hennar til að losa um ermalausa toppinn sem hún var í og láta hann detta af brjóstunum.

Þegar hann horfði niður á vælandi andlit hennar, klípti hann og snéri geirvörtunum hennar, kjafturinn deyfði stynið hennar þegar hann hélt í augu hennar.

Robert neyddi hana á kné og horfði niður af einskærri gleði:

"Þvílík falleg lítil víxl, þessi litli skíthæll áttaði sig ekki á því hvaða verðlaun hann átti. Þú tilheyrir mér núna."

Hann hallaði sér yfir skottið á bílnum til að ná svipunni og kastaði henni að brjóstum hennar.

Þrír rauðir blettir risu stórkostlega á hvítri húð hennar.

Robert kastaði svipunni aftur í skottið, hneppti af buxunum og strauk hananum hægt út.

Svo strauk hún því yfir kinnar Susan og smurði þær með súð.

Susan dró djúpt, skjálfandi andann þegar hann fjarlægði kjaftinn.

Hún skalf undir honum af hæga titrinum inni í henni sem lét hana finna fyrir tappinu ákafari.

Hún opnaði munninn fyrir honum og vafði varirnar þétt um hanann hans þegar hann lagði hann á tunguna hennar.

Hann fyllti munn hennar þegar hún saug, teygði sig niður til að flækja hendur hennar í hárið á honum.

Hún kýldi og glotti, langir slefar héngu frá höku hennar og lentu á rauðum brjóstunum á meðan hún saug fast að honum.

Hann byrjaði að ríða henni í alvöru niður í hálsinn á henni, fann hvernig hún kyngdi í kringum sig og hálf kafnaði.

Upphátt urraði hann:

" Svo, litla tíkin mín."

Hendur hans hertust í hári hennar og héldu henni á sínum stað þegar hann færði hana inn og út um munninn og hálsinn.

Hugur hennar hvolfdi af ánægju yfir skynjuninni.

Það var ákafur vegna hlaupanna og vegna holanna þriggja.

Snípurinn hennar nuddaðist harkalega við leðurólina við hverja hreyfingu.

Hún skalf af hita og þörf, sveimaði á milli sársauka og ánægju þegar hann dró upp úr hálsi hennar og urraði lágt:

„Komdu litla tíkin mín," ýtir boltanum úr kjaftinum í munninn á sér og sprautar straumi eftir straum af ásamt á andlitið á henni þegar hún stynjaði inn í kjaftinn.

Hún hneigði bakið með sérhverjum vöðva líkamans stífan þegar hún kipptist upp.

Strengir af heitu áreitinu hans leku niður andlitið á henni þegar hún úðaði eigin safi í kringum titrarann og fann að hann hylja lærin á henni.

Líkami hennar krampaði af ánægju og sársauka, titrarinn raulaði lágt og hélt öldu eftir öldu rúllandi í gegnum hana.

Róbert strauk henni um hárið.

"Góð stelpa".

Hann tók boltann úr munni hennar, lét hana draga djúpt andann og fór aftur að skottinu.

Þegar hann lokaði kistunni hafði hann dregið fram lautarteppi og farið að hylja bílstólinn fyrir hana.

Hún hallaði sér í sætinu mestan hluta leiðarinnar, sneri aftur og tók upp skjálfandi, örmagna þrælinn sinn og lagði bakið í bílinn á teppið.

Hann slökkti á titrinum sem hélt líkama hennar á barmi þess að hristast og festi hendur hennar undir bílbeltisólinni og varaði hana við að hreyfa þær.

Þegar öryggisbeltið var spennt á sinn stað þurrkaði hann varlega stærstu dropana af ásamt af andliti hennar og ýtti toppnum aftur á sinn stað og naut þess að sjá rauðu línurnar sem sjást í kringum ermalausa toppinn.

Þegar hann gekk í kringum bílinn, steig hann upp í bílstjórasætið til að ræsa vélina og keyra hægt aftur að þjóðveginum.

Hann brosti til hennar.

"Nú geturðu sofið yndislegi litli þrællinn minn."

Augu hennar féllu á hann þegar hún hvíslaði:

„Takk, kennari".

Hún lokaði þeim svo og leyfði hugsunum sínum að snúast aftur og reyndi að muna samtölin hennar frá því í gær og í morgun.

Margt hafði gerst.

Líkami hennar verkjaði af nöldrandi verki og hún fann að andlit hennar og læri þornuðu.

Já, hugsaði hún, ég er hóran hans.

Hún undraðist samt hvernig gróf notkun hans vakti og æsti huga hennar og líkama, hún var södd og örmagna.

Hún hugsaði um Harry, hann hafði kallað hana viðundur, hóru, nympho.

Hann hafði bara ekki skilið hvað það var sem hún vildi og þurfti.

Þess í stað hafði hún sætt sig við eigingirni hans og sinnt þörfum hans.

Harry hafði alltaf verið kröfuharður, en henni líkaði að hann virtist vera svo öruggur allan tímann, á meðan hún var stöðugt þjáð af óákveðni.

Hún sofnaði þegar hún líkti Harry við Robert, sjálfsörugg og krefjandi, en Robert virtist skilja ekki aðeins hvað dró hana áfram heldur hvað hún þurfti, jafnvel þegar hún gerði það ekki .

Robert horfði á Susan sofa við akstur.

Ég var næstum búinn að missa hana í dag.

Hann þurfti næstum að segja Caty frá því að halda heimili sínu þar til óreiðu var eytt, og það virtist sem hún vildi vera heima í tiltölulega öryggi þar.

Skap hans myrkvaði af hugsunum hans:

„Ég vildi ekki halda henni gegn vilja hennar, ræna henni, læsa hana inni og skipta um hana. Hann varð að láta hana sætta sig við að hún tilheyrði honum, að hún tilheyrði honum."

Hann reif augun af veginum til að horfa á hana aftur.

Hún brosti, hún var þakin sæði og nokkrum rauðum bólum og hún svaf róleg.

Hún sagði já þegar tíminn kom, hún róaðist, það var eðli hennar og hver hún var í hjarta sínu.

Hún var masókísk lítil tík og hún þurfti á honum að halda eins og hann þurfti hennar.

Hann var viss um það.

Hann flýtti sér á öruggan stað vitandi að hún væri þarna með honum núna, eftir að allt hafði næstum farið úr böndunum í morgun vegna þessa litla ræfils Harrys.

„Minn," sagði hann upphátt. "Þú ert minn".

Um það bil þrjátíu mínútum frá því að hann var kominn að borgarmörkunum fór hann inn á bensínstöð til að fylla á tankinn.

Hún var sofandi og hann hallaði sér aftan í bílinn til að ná í jakkann til að hylja hana.

Hún teygði sig undir jakkann og kjólinn, sneri undirstöðu titrarins til að titra hægt og fór út úr bílnum.

Hann byrjaði að fylla tankinn og horfði á hana út um opinn gluggann.

Hún vaknaði hægt og rólega þegar tilfinningarnar fylltu hana og hún velti sér aðeins, teygði sig áður en augu hennar stækkuðu og hún andaði.

Hún horfði í kringum sig með skelfingu, andardráttur hennar jókst í næstum því væli þegar hún lyfti höfðinu til að leita að honum.

Hann brosti þegar hann hallaði sér út um afturgluggann.

„Lástu niður litli , við erum ekki komin heim ennþá".

Hann horfði á hana halla sér rólega aftur á bak og beit taugaveiklun í neðri vör hennar þegar kinnroði læddist yfir kinnar hennar.

Hann kláraði að fylla á tankinn og skilaði dælunni aftur í skálarana áður en hann opnaði hurðina til að halla sér inn í bílinn.

"Þarftu að drekka? Eitthvað nammi? Fyrir utan það..." hann teygði sig á milli fóta hennar til að keyra heim hugmyndina.

Hún hristi höfuðið og beit í vörina áður en hún hvíslaði andartak.

— Nei, meistari.

"Þá haltu kyrru , litli. Ég kem aftur eftir smá."

Hann fór, sjálfsöruggur, vitandi að þetta var útaf the vegur staður og tók sér tíma í að velja drykki og snakk áður en hann borgaði afgreiðslumanninum.

Hann sneri aftur að bílnum og renndi sér í bílstjórasætið.

„Við komum heim eftir klukkutíma eða svo, heita litla tíkin mín," fór hann úr jakkanum hennar og henti honum í aftursætið, ræsti bílinn og ók út á veginn.

„Já, meistari," andaði hún þegar líkami hennar fylltist hita og þörf.

Hann flýtti sér og hélt bílnum á viðráðanlegum hraða ekki of háum.

Hann fylgdist með veginum sem lá um hlykkjóttu vegina sem lá upp þjóðveginn í átt að borginni.

Hann tók aðra höndina af stýrinu, rétti fram höndina og lék sér að geirvörtunni hennar áður en hann sneri henni grimmt.

"Vinsamlegast meistari," andaði hann.

"Vinsamlegast hvað, þræll minn?" hann brosti.

Hún lokaði augunum og kyngdi með hávaða.

Titrari lék innra með henni og gerði ofvaxna rassinn aftur sársaukafullan.

Hann sneri aftur geirvörtunni hennar og hún stundi:

"Vinsamlegast. Ó, vinsamlegast meistari, ég... þarf..."

„Ekki enn, litla þrællinn minn þarfaaðili".

Hann tók hönd hennar í burtu og hélt í átt að fjallvegi um leið og hún bað hann um að létta á sér.

Hann brosti og þegar þeir voru komnir á beinni vegi fingraði hann leðrinu sem lék við snípinn hennar.

"Hvað vantar þig?"

Það var of seint, höndin sem hafði komið niður á hana sendi hana yfir brúnina og hún hrópaði þegar hún náði hámarki.

Litli líkaminn hennar lyftist og hristist í rimlinum.

Hann slökkti á titrinum og setti báðar hendur aftur á stýrið í von um að hún myndi róast.

Hann sá hana lyfta hendi örlítið .

"Láttu hönd þína niður, Susy."

Hún stundi og horfði á hann.

"Já herra."

Hún tróð sér til að láta sér líða vel, andlit hennar skalf þegar hún hreyfði sig, sæðisleifarnar rann niður og niður í munninn, nefið hrukkaði, munnurinn lokaður aftur.

Hann brosti til hennar.

"Þú mátt rétta stólinn og setjast niður nú þegar, við erum á þjóðveginum. Við komum bráðum heim."

Hún togaði í stöngina og settist upp rétt um leið og hún spennti öryggisbeltið um líkama hennar.

Hún tróð sér óþægilega á meðan beltið hélt leikföngunum djúpt inn í henni og strauk að viðkvæmum, bólgnum snípnum hennar.

Hún lagði hendurnar að andliti sínu til að þurrka það í burtu, og horfði á hana og brosti.

"Þú lítur fallega út, Susy mín. Leggðu hendurnar niður."

Hún lagði hendurnar í kjöltu hennar og hann teygði sig fram og hélt henni þar sem hún hvíldi á læri hans.

Hún andaði djúpt að sér hlýju handar hans sem ferðaðist til hennar þegar rómantíska látbragðið vakti hana jafn mikið og gróf notkun hans.

Hún hallaði sér aftur að sætinu og lítið bros snerti varir hennar.

„Ég var ekki reiður út í þig í morgun," muldraði hann inn í þögnina.

Hún horfði undrandi á hann.

Hugurinn hrökk við, hún vildi segja: „Jæja, af hverju sagðirðu ekki halló eða kysstir eða skellti mér eða eitthvað áður en þú rétti mér símann svona hræðilega?

Í staðinn horfði hún bara á hann og velti því fyrir sér hvað væri rétt að segja.

"Ég mun nota og niðurlægja og ýta þér til að gera hluti sem þú hefur ekki íhugað áður, en..." hann þagði, "Ég mun meta hlýðni þína og þó ég geti ýtt þér mun ég ekki þvinga þig út fyrir mörk þín. Ég vil kanna og finna þessi mörk."

Hann sneri sér við til að horfa á hana þegar hann sá ringlaðan svip hennar.

"Þú getur sagt mér nei, ef ég bið um of mikið, í þjálfun þinni," hann kreisti hönd hennar.

Susan hafði ekki sagt neitt á meðan hann var að tala, hún skildi hvað hann sagði og hugsanir fóru í gegnum huga hennar: „Það voru takmörk. Hún gat sagt nei. Honum var sama hvað hún þoldi."

Hugur hennar flökti yfir orðunum.

Hugmyndin um að segja nei við hann virtist vera svo framandi hugtak...

Hún hló dálítið þegar hún áttaði sig á því að þrátt fyrir allt sem hún hafði talað um og hugsað um hvort hún ætti að vera hjá honum, hafði hún í rauninni ekki hugsað um að segja nei sem raunhæfan hlut, sem valkost.

"Finnst þér þetta fyndið, Susy?" muldraði hann.

Hún brosti til hans .

"Fram að þessu augnabliki hef ég aldrei íhugað að segja nei væri valkostur. Þú hefur beðið um hlýðni aftur og aftur. Nú kemst ég að því að ég get sagt nei. Það fékk mig til að hlæja vegna þess að það virðist svo andstætt allri þjálfuninni sem ég" hefur verið gefið í vikunni."

"Að segja nei, það er bara síðasta úrræði ef þú ræður ekki við eitthvað í þjálfun þinni. Það er gert ráð fyrir hlýðni á öllum tímum. Þú segir ekki nei eins og dekraður brjálæðingur í hvert skipti sem þú vilt, Susy, annars mun ég dekra við þig eins og dekraður brjálæðingur og þessi sæti litli rass á þér verður varanlegur rauður litur."

Hugmyndin hafði ákveðna aðdráttarafl og hann brosti áður en hann útskýrði frekar.

"Það eru takmörk fyrir því hvað hver og einn getur tekið og það er einhver skaði ef hann fer út fyrir þau. Ég þarf að vita að þú segir nei við mig þegar þú ert á takmörkunum fyrir sjálfan þig. Þegar eitthvað er of niðurlægjandi, of sársaukafullt. , eða bara of erfiður björn, þú munt hafa öruggt orð eða gera tákn til að láta mig vita. Þú ert dýrmætasta eignin mín. Ég vil ekki skaða þig óviðgerða." Hann þrýsti hönd hennar.

Hann hló.

"Og kannski þarf ég líka öruggt orð ef þú ætlar að koma mér í gegnum fleiri svona helgar aftur."

Hún hló með honum.

"Ég hélt að ég gæti ekki þvingað þig til að gera neitt, meistari."

Hann horfði alvarlegum augum á hana.

"Ég get verið kröfuharður og stjórnsamur meistari, en ég dýrka þig, Susy mín. Það sem þú gefur mér af sjálfum þér, hlýðni þín og tryggð er gjöf sem ég met meira en allir aðrir. Það gæti komið þér á óvart hvað þú gætir beðið mig um og hvað ég myndi gera fyrir þig." þú".

Síðasta setningin hans hljómaði dásamlega í eyrum hennar, en þau töluðu svo einlæglega þegar hún ók að hún ákvað að það væri kominn tími til að ræða efasemdir sínar um að gista hjá honum.

"Hvað ef ég get ekki verið svona þræll sem þú vilt? Ég meina, ég veit eiginlega ekki hvernig ég ætla að gera það og ég sé öll mistökin sem ég hef gert í vikunni. Ætlarðu að halda áfram að þjálfa mig og viltu mig samt með þér ef mér mistekst?"

"Þú, Susy, ert nú þegar þrællinn sem ég vil. Allt sem þú þarft að gera til að vera raunverulega fullkomin er að treysta mér. Treystu því að ég muni sjá um þig og leysa öll vandamál sem þú átt eins og í morgun. Treystu því að ég elska þig og aldrei mun ég valda raunverulegum skaða að fá að koma til þín. Þú verður að treysta mér, litli minn, það er nauðsynlegt fyrir meistara og þræl."

Hún beit á vörina hljóðlega og hugsaði um það sem hann hafði sagt og það endurómaði mikið í því sem Anne hafði sagt henni áðan.

„Talaðu við mig litla stelpa," hvatti Robert þegar þau fóru yfir ána í átt að miðbænum.

"Þessi vika hefur verið svo..." hún veifaði hendinni til að reyna að finna réttu orðin, "svo öðruvísi, svo spennandi, svo ruglingsleg , svo..." hún gafst upp og beit aftur á vörina í smá stund. "Það er af mörgu að taka og skilja. Ég er ofviða og nú hefur þú gefið mér þetta val."

"Eins mikið og ég vil taka þessa ákvörðun fyrir þig, þá geri ég það ekki. Það er mikilvægt fyrir mig að þú sættir þig við hvað það þýðir að vera með mér. Þetta snýst ekki bara um kynlífið, þó ég muni njóta þess að nota þig oft, ég ég er að biðja þig um að skuldbinda þig til mín og vera með mína skoðun." á öllum sviðum lífs þíns, vinum, fjölskyldu, vinnu, þar sem þú býrð, jafnvel hvernig þú lítur út. Ég þarf að gefa mér þann kraft með því að treysta mér til að veistu hvað þér líkar og líkar ekki við. Það er virðingin sem ég vil."

Hún hætti að bíta í varirnar þegar fyrirtækisbyggingin birtist fyrir framan hana.

"Öll pör eru ólík hvort öðru á einhvern hátt, sérstaklega þegar þau eru trúlofuð eða gift," velti hún upphátt, "en ef við finnum línu, gætum við rætt það? Ég meina, þú sagðir að ég gæti sagt nei ef ég gerði það. held ekki að ég gæti gert eitthvað. " ".

"Já," sagði hann varlega, "en ég myndi ekki búast við að það myndi gerast oft."

Hann stoppaði fyrir framan bygginguna og horfði á hana þegar þjónninn nálgaðist.

"Hlýðni, litli þræll, þú munt gera það sem ég vil, þegar ég vil og hvernig ég vil."

Hún kinkaði kolli og brosti blítt.

"Já meistari".

Bílhurðin hennar opnaðist og hún sveiflaði fótunum út og réttir úr sér og þakkaði þjónustuþjóninum sem steig út á gangstéttina.

Robert birtist við hlið hennar og rétti þjóninum lyklana.

"Það eru nokkrir kassar og töskur í skottinu, geturðu farið með þá í íbúðina mína?"

Susan brosti þegar hún fann Robert hlaupa hendinni yfir hálsinn á henni með eignarhaldi, eins og hann gerði alltaf þegar hann gekk inn í þessa byggingu.

Tilhugsunin um skemmtistaðinn á neðri hæðinni og hvers konar fólk sem bjó á efri hæðunum létti henni hugann, sérstaklega þar sem hún vissi hvernig hann hlyti að líta út í augnablikinu.

Hann roðnaði og gekk með höfuðið niður þegar nokkrir tóku á móti Robert á leiðinni í lyftuna og spurðu hvort þeir myndu sjá hann á skemmtistaðnum í kvöld.

"Kannski í kvöldmat, en fyrst þarf ég að sinna nokkrum hlutum."

Susan heyrði brosið í röddinni þegar hún steig þakklát inn í lyftuna úr augsýn forvitinna vina meistara síns.

Hönd hans hreyfðist um hálsinn á henni til að grípa um háls hennar þegar hann hallaði sér inn og kyssti hana djúpt og skildi hana eftir mæði og skjálfandi.

Hún þrýsti vel um leikföngin sem hún var enn í og minnti hann djúpt á hversu æst hún var þegar lyftuhurðirnar opnuðust á gólfinu.

Hitinn innra með henni fór í andlitið og gerði hana mjög rauða þar sem hópur fólks beið eftir því að komast út úr lyftunni.

„Það er búið," gekk einn mannanna til Roberts, „fasteignasalan hleypti okkur inn og við tókum allt. Flest húsgögnin hafa verið færð í geymsluskáp. Ég skal senda þér upplýsingarnar og lykilinn." í fyrramálið. . Sá gaur mun finna autt pláss ef hann fer þangað inn. Og umboðsmaðurinn var samt að skipta um lása þegar við fórum."

"Þakka þér Jonathan, ég met það mjög. Þetta er Susy mín, þú hefur sparað henni mikinn kvíða. Hún mun líklega líta á þig sem hetjuna sína núna og bjóða þér verðlaun. Alan fékk jarðarberja eftirrétt í gærkvöldi fyrir standa upp fyrir henni." Robert hló auðveldlega.

Susan með ljúfri rödd hvíslaði:

„Þakka yður kærlega fyrir, herra, og já, ég myndi sjálfur búa til handa þér ef þú vilt.

Jónatan brosti.

"Vertu velkominn, litli. Enginn eftirréttur fyrir mig, en ég er viss um að okkur dettur eitthvað í hug."

Bros hennar breyttist í hlátur og hún rétti fram höndina til að renna fingri yfir eina af fölnuðu brjóstunum á brjósti hennar.

Robert brosti.

"Ómótstæðilegt, er það ekki? Komdu á skrifstofuna á morgun klukkan tólf. Við snæðum hádegisverð og finnum viðeigandi verðlaun fyrir hetju eins og þig."

"Allt í lagi, þetta hljómar vel. Það er best að ég fái þessa stráka til félagsins áður en þeir halda að ég hafi hlaupið með þá."

Jónatan brosti og flautaði skarpt.

Nokkrar konur og karlar komu fram.

Jónatan benti á lyftuna og þeir fóru án þess að segja orð, þó þeir virtust vera að fylgjast með henni og hún roðnaði dýpra við hvernig hann leit út.

Jonathan blikkaði Susan.

— Sjáumst þá á morgun.

Lyftuhurðirnar lokuðust og Susan horfði á Robert án þess að roðna þegar hún minntist þess síðast þegar meistari hennar bað hana að þakka einhverjum almennilega.

Hún skalf af hita og eftirvæntingu.

„ Hér," sagði hann þegar hann leiddi hana að enda gangsins og opnaði dyrnar, „er þar sem litla prinsessan mun opinberlega búa. Hann hleypti henni inn til að líta í kringum sig. „Mamma og pabbi geta heimsótt þig hingað eða einhverja vini þína fyrir utan lífsstíl okkar.

Hann gekk um íbúðina.

Allir hlutir hennar úr íbúðinni hennar höfðu verið fluttir hingað fyrir utan húsgögnin.

Hún fann öll fötin sín, myndir og skreytingar á sínum stað þar sem hún hafði alltaf búið í borginni, það virtist ekki hafa hreyft sig.

Þetta var í raun prinsessuíbúð, allt bleikt og hvítt með þungu blómamyndefni svipað og herbergið hennar heima.

Róbert hafði fylgt henni úr fjarlægð og látið hana fylgjast með öllu.

Á kommóðunni sinni fann hún lítið Tiara og nýjan síma, hún leit á það og sagði:

"Þakka þér kærlega fyrir. Ég veit ekki hvað ég á að segja meira."

"Já, já," svaraði Róbert, "en það er meira sem þú þarft að sjá áður en þú gerir það."

Hann tók í hönd hennar og leiddi hana úr herbergi prinsessunnar að dyrum íbúðar sinnar, hinum megin við ganginn.

Hann steig á eftir henni þar sem hún stóð í dyrunum.

Hann hneppti snögglega úr kjólnum hennar og lét hann falla um fætur hennar.

Hann strauk hendinni yfir leðurólina á milli fóta hennar og fann raka hita hennar og talaði mjúklega í eyra hennar:

"Í hinum enda þessa gangs ertu prinsessa , en hér verður þú eins og gæludýr. Þú verður þjálfaður og verður fyrir margvíslegum beygjum og fetish. Þú munt ekki ganga inn í gæludýraherbergið. Þú munt krjúpa eða skríða. nema um það sé fyrirskipað." segi annað."

"Já herra." sagði Susan lágt og hoppaði þegar lyftuhurðirnar opnuðust og þjónustuþjónninn birtist með kassana og töskurnar á lítilli kerru og skilaði þeim við íbúðardyr Roberts áður en hann hvarf aftur.

Roði litaði líkama hennar þegar hann strauk hendinni yfir mjaðmir hennar, þrýsti niður.

Svo tók hann skref til baka og dró hönd sína frá henni.

Í hlýðni lækkaði Susan sig niður á kné.

"Góð stelpa."

Hann opnaði hurðina og klappaði á bakið á henni til að knýja hana áfram.

Hann sneri ljósrofanum og lýsti upp herbergið í heitum gylltum ljóma svo hún gæti séð allt.

"Þetta er þar sem þú verður oftast þjálfaður. Þetta er þar sem þú verður gæludýrið mitt, hóran mín, leikfangið mitt til að leika við. Þetta er þar sem við munum finna það sem færir þér alsælu og líka þar sem takmörk þín liggja. Þetta er þar sem þú munt geta notað orð og örugg merki sem við tölum um.

Susan horfði stóreygð í kringum sig á öll skrítnu húsgögnin og búnaðinn.

Það kom henni lengra.

"Farðu að kanna."

Hún læddist hægt upp og leðrið nuddaðist dýpra inn í hana úr þessari stöðu og fékk hana til að stynja aðeins.

Það voru nokkur mismunandi búr í herberginu, lítil bólstruð karfa, eins og gæludýr, en nógu stór til að kona gæti krullað í, borð og stólar með undarlegt útlit, bólstraðir bekkir eins og sá sem ég átti í skrifstofuherberginu mínu og í einu horninu fannst stór ruslakassi.

Hugur hennar var að hringla og nefið hrukkaði.

Hún sneri aftur að bólstruðu gæludýrakörfunni, kraup á mjúku púðana og horfði á veggina í kring.

Kaðlar, borðar, beisli og beisli héngu við hlið margs konar kraga og tauma.

Einn veggurinn innihélt skápa, sem Robert var að opna örlítið svo hún gæti séð spaðana, svipurnar og leðurbúnaðinn sem hann notaði til að gera ör á líkama hennar og láta hana finna fyrir sársauka, svo og leikföngin sem þeir myndu leika sér með.

Síðasti veggurinn innihélt hillur yfirfullar af stígvélum og fatnaði úr ýmsum efnum: gúmmíi, latexi og skinni.

Svo leit hún á hann og vissi að hún treysti honum.

Hún var ekki lengur hrædd við neitt af þessu.

Þvert á móti var hún spennt fyrir því og vildi læra meira, þekkja sín takmörk og hans.

Hugmyndin um að fara aftur í venjulegan heim hálfhjartaðs munnmöks og snöggs fokkings þar sem hún hafði ekki gaman af var ekki mjög aðlaðandi lengur.

En gæti hún gefið honum líf sitt, gefið honum algjöra stjórn sem hann þráði umfram spennandi, ef gróft, kynlíf?

Hún hélt áfram að horfa á hann nagandi í vörina.

Þessi helgi hafði eytt flestum ótta hennar og ef hún var hreinskilin við sjálfa sig, í morgun, þegar hann hafði ekki verið þarna, vissi hún að hún hefði þurft á honum að halda.

Þegar hann talaði við Anne og svo við hann í bílnum virtist hann finna mörk sem hann gæti lifað innan eða að minnsta kosti reynt að gera það.

Hún væri ekki föst eins og fangi og hún gæti sagt nei ef eitthvað væri henni ofviða.

Hann var ekki lengur giftur, svo allt gæti gengið upp í báðum heimum á endanum.

Anne hafði rétt fyrir sér og þegar hún hugsaði um nýjustu ráðin sem Anne hafði gefið henni þegar hún horfði á hann stíga aftur skref sín og loka skápum og hurðum, vissi hún að hún var þegar búin að ákveða sig.

Susan skreið úr svona gæludýrakörfu að manninum sem þekkti hana svo vel og kraup fyrir framan hann þegar hann stoppaði til að horfa á hana.

Hún skalf aðeins og dró djúpt andann, vitandi að hún ætlaði ekki að segja allt sem Anne hafði sagt henni, en muna nóg til að gera það einlægt og sjálfkrafa.

„Stundum," byrjaði hún lágri , skjálfandi röddu, „það sem virðist vera að gefast upp er alls ekki að gefast upp. Þetta snýst um það sem er að gerast í hjörtum okkar og huga okkar. Um að sjá skýrt hvernig lífið er og sætta sig við það. og vera trúr henni, hvað sem sársaukanum líður, því sársaukinn við að vera ekki trúr því sem þú ert er miklu meiri."

Hún horfði á hann, andlit hennar ólæsilegt, og hún skalf meira þegar hún hélt áfram með tilvitnunina sem Anne hafði gefið henni.

"Ég vel mann sem ögrar styrk mínum. Sem krefst mikils af mér. Sem efast ekki um hugrekki mitt eða hörku. Hver heldur ekki að ég sé barnalegur eða saklaus. Sem hefur hugrekki til að koma fram við mig eins og konu ."

Augu hans mættu hennar þegar hún talaði og rödd hennar fór að klikka í kvíða hennar.

"Ég samþykki og skil hver þú ert og hvað þú biður mig um og ég býð þér gjöf undirgefni minnar og ég treysti þér til að meta það og halda því nálægt hjarta þínu. Má ég bera Master hálsmenið þitt til að sýna öllum öðrum hver ég tilheyra?" ?"

Það varð löng þögn og loks lækkaði hann augun.

Hafði hann gert það rangt? henni þótti vænt um orð hans þá.

Hann hafði kraupið á opnum og tiltækum skjá, hann hafði reynt að muna allt sem hann þurfti að segja, hvers vegna var hann að horfa á hana án þess að segja neitt?

Hún beit á vörina og reyndi að halda aftur af tárunum sem hún fann í augunum.

Hún hafði skipt um skoðun, hugsunin skar djúpt.

Hann teygði sig niður og kreisti hárið á fætur hennar og síðan upp á tærnar á henni meðan hún stundi mjúklega.

"Horfðu á mig," sagði rödd hennar með tilfinningu.

Hún hallaði augunum að hans.

"Ég hef aldrei viljað neitt meira á ævinni en ég vildi fá að heyra þessi orð frá þér. Þú munt bera hálsmenið mitt," hann tók höndina um hálsinn á henni, "um fallega hálsinn þinn, en fyrst," urraði hann.

, "Ég mun taka það sem það er mitt svo þú skiljir að hver tommur af þér tilheyrir mér núna."

Hún skalf af ótta og eftirvæntingu.

Hann sneri sér við og stefndi að bólstraðri bar sem leiddi hana með hárinu á eftir sér.

„Vertu svona," sagði hann um leið og hann hallaði henni yfir barinn.

Hann opnaði skáp og greip eitthvað sem var inni í honum.

Hann losaði beltið og reif það næstum af líkama sér.

Titrari féll á gólfið, glitraði af raka.

Hann urraði með rassinn á sér.

"Opið".

Susan var með ótryggt jafnvægi á tánum, teygði sig fram og skildi á rassinn þegar hún heyrði fötin falla á gólfið.

Hún sneri höfðinu, vildi sjá hann, en missti næstum jafnvægið.

Hún stundi lágt um leið og hann dreifði læri hennar.

Hann lagði hendur sínar á bakið á henni og skellti hananum í þétt blautt holu hennar og gleðst yfir undrunarópi hennar.

Hann dældi í hana nokkrum sinnum þar til hún tók þetta allt inn og stundi af ánægju.

Með því að halda djúpt innra með henni leituðu fingur hans að tappanum.

Hún fann að olíudropa lagði yfir rassinn á henni og klofið á milli þeirra þegar hann ýtti og dró tappann inn í hana, sem gerði hana stynjandi og stynjandi.

Hann dró tappann úr henni með því að stinga fingrunum inn í gapandi gatið, opna það breiðari og dreypa köldu olíunni ofan í hana.

Hún fann hvernig hani hans titraði innra með sér þegar hann dældi fingrum sínum inn í þröngasta litla gatið hennar.

Hann var svo upptekinn af þessari stelpu að hún var loksins sannarlega hans .

Samþykki hennar fyrir honum og stað hans í lífi hennar hafði ýtt undir löngun hans til að drottna yfir henni algjörlega.

Hann horfði dáleiddur á þegar botn hennar slitnaði og varð aðgengilegur.

Hann vann hana, dreifði stífum vöðvum lengra með fingrunum, húðaði hana olíu þar til hún gat ekki haldið aftur af sér.

Hann dró það úr kútnum hennar og lyfti hananum upp að rassinum á henni.

Hann fann hvernig hún stífnaði þegar hún áttaði sig á ásetningi hans og hann sló rassinn hennar urrandi, "slakaðu á."

Susan dró djúpt andann og skalf og reyndi að slaka á, en hugur hennar öskraði á hana: „Pislinn hans er of stór! Það mun rífa þig í tvennt!"

Hún beit fast í vörina og lokaði augunum, hræðsla og adrenalín ýtti undir örvun hennar.

Hún hafði gefið honum þennan kraft og það gagntók skilningarvit hans þegar hann fann hvernig hann ýtti hægt.

Susan squealed þegar höfuðið skaust framhjá þéttum endaþarmshring hennar, vöðvar hennar ósjálfrátt þrýsta á hani hans.

Hún slakaði á stuðinu þegar hún fann hann færast dýpra inn í sig.

Gerði hana til að ýta á móti honum aftur, eigin vöðvar hennar hjálpa hani hans að sökkva dýpra og dýpra í þrönga holuna.

„Fjandinn..." stundi Robert af því að hún var svo þröng að það var næstum sárt, en hann gleðst yfir andköfum hennar þegar hann þvingaði sig djúpt inn í hana. "Já tík, notaðu þessa vöðva."

Hann sló hana aftur á bak og spólaði hana djúpt þegar öskrin hennar söng í gegnum herbergið.

Hann hélt kyrru og urraði djúpt þegar þéttir, stífir vöðvar hans mjólkuðu hanann.

Hann teygði sig fram og lyfti henni í hárið og hallaði henni aftur.

"Segðu það aftur," öskraði hún, "Biðja mig um að vera þræll minn. Biddu mig um að leyfa þér að vera með kragann minn."

Orð hennar komu fram í gráti og styni þegar hann var lokaður inni í henni án þess að hreyfa sig.

"Ég býð...þið...uppgjöf mína...vinsamlegast...má ég...má klæðast...hálsmeninu þínu...meistara."

Róbert teygði sig undir hana og velti snípnum hennar gróflega á milli fingra hans.

"Komdu, þræll minn. Komdu núna."

Hann fann hvernig hún spenntist og kom og lét vöðvana herðast um hanann hans og hann sleppti eigin þörf sinni sem flæddi inn í hann.

Róbert sleppti hárinu og leyfði henni að njóta skjálfandi hámarks síns á stönginni þegar hann dró sig hægt frá henni.

Sjónin á gapandi holunni hennar lokast hægt og rólega þegar ásamt hans lak í gegnum hann var að kveikja aftur þörf hans fyrir hana, en hann hafði önnur plön fyrir kvöldið.

"Þú ert svo heit drusla."

Hann tók hana upp og bar enn skjálfandi líkama hennar út úr herberginu.

Hann fór með hana aftur í íbúðina sína, setti hana varlega í baðið og kveikti á vatninu til að þvo henni heitt.

Hann lagði handklæði á brún baðkarsins til að dempa höfuðið og brosti til hennar.

"Slappaðu af, Susy," hellti hún ljúflyktandi söltum í baðvatnið, "hvíldu þig hérna í smá stund og það verður minna sárt."

Allur líkami hans verkjaði en óþægindin sem hann fann fyrir í rassinum lækkuðu hægt og rólega af heitu vatni.

Hún lokaði augunum, hinar langvarandi efasemdir og sjálfsgreining liðinnar viku horfin.

Hún hafði sætt sig við að hún vildi þetta, eða vildi að minnsta kosti kanna meira með þessum manni sem dýrkaði hana, meistara sinn.

Hún fann fyrir frelsi sem hún hafði ekki búist við að yrði þræll hennar.

Hún hafði lifað og lært mikið síðustu vikuna og sannleikurinn var sá að það kveikti í henni, allt.

Hún sneri sér við og brosti til hans þegar hann kom aftur.

"Ég gleymdi að þakka þér, meistari."

Hann brosti til hennar.

"Þú veist að ég áttaði mig ekki einu sinni á því. Þú hefur gert mig mjög hamingjusaman mann í kvöld. Þakka þér fyrir, Susy."

„Mér líkaði það samt ekki," hélt hann uppi keðju svo hún gæti séð, „til að komast að því að þú tókst hana af í dag.

Augu hennar stækkuðu þegar hún sá hengiskrautið hennar Skellibjöllunnar hanga úr keðjunni í hendi hennar.

Hún opnaði munninn til að biðjast afsökunar, en hann rétti upp höndina til að stöðva hana.

„Ég var ekki nógu skýr í leiðbeiningunum mínum og þú hefðir ekki getað vitað mikilvægi þess.

Hún hallaði höfðinu og horfði forvitnislega á hann þegar hann renndi ævintýrahenginu af keðjunni og rétti henni hana.

„Vinur minn gerði þetta þegar ég sagði honum að ég ætlaði að heimta þræl fyrir sjálfan mig," tók hann upp fíngerðan filigree lás í laginu eins og hjarta. "Með þessu verður keðjan að uppgjafakraga."

Robert opnaði hengilásinn og festi keðjuna við annan enda hans.

Hann hnýtti hinum enda keðjunnar um hálsinn á sér, þræddi síðan nokkrar lykkjur af þeim enda í gegnum hinn hluta hengilássins til að herða keðjuna sem var lokað um hálsinn.

Susan dró djúpt andann þegar hún heyrði lásinn smella.

Hann settist niður og brosti til hennar.

"Fólk sem lifir ekki lífsstíl okkar mun aðeins líta á það sem fallegt hálsmen. Þú munt ekki taka það af án míns leyfis. Aðeins þá muntu skipta því út fyrir æfingakraga eða formlega hálsmenið mitt. Og alltaf munu allir sjá að þú ég er með eitt af hálsmenunum mínum til að sýna hverjum þú tilheyrir og hversu stoltur ég er af því að þú ert minn."

Hann brosti og strauk henni um kinnina og hallaði sér niður til að kyssa hana djúpt.

END

www.ingramcontent.com/pod-product-compliance
Lightning Source LLC
LaVergne TN
LVHW040421051026
849517LV00002B/403

* 9 7 9 8 2 1 5 0 1 5 3 6 0 *